വിജ്ഞാനവർഷം
പുസ്തകം 122

3 ശാസ്ത്രജ്ഞർ

ന്യൂട്ടൻ, ലാവോയ്സർ, ഐൻസ്റ്റീൻ

3 sashthrajnar
newton, einsteen, lavoysar
•
m t kuttiyamma
•
first edition
june 2016
•
second edition
march 2017
•
third edition
march 2020
•
typesetting & published
chintha publishers, thiruvananthapuram
•

•
cover
prasoon
•

Distribution
DESHABHIMANI BOOK HOUSE
H O Thiruvananthapuram 695035
phone: 0471-2303026, 6063026
Email: chinthapublishers@gmail.com
Website: www.chinthapublishers.com

Branch
Head Office Kunnukuzhi • Statue Thiruvananthapuram • KSRTC Bus Station Alappuzha • KSRTC Bus Station Ernakulam • Machingal Lane Thrissur • IG Road Kozhikode • Mavoor Road Kozhikode • NGO Union Building Kannur • Central Bus Terminal Complex Thavakkara Kannur

---

CR - VV-122 / 2222 / 5288
ISBN - 978-93-86112-21-7

3 ശാസ്ത്രജ്ഞർ

ന്യൂട്ടൻ, ലാവോയ്സർ, ഐൻസ്റ്റീൻ

എം ടി കുട്ടിയമ്മ

ചിന്ത പബ്ലിഷേഴ്സ്
തിരുവനന്തപുരം-695 035

എം ടി കുട്ടിയമ്മ

നോവലിസ്റ്റും ശാസ്ത്രലേഖികയും പരിഭാഷകയും. 1942 മാർച്ച് 24 ന് എം ജെ മാലിപ്പറമ്പിലിന്റെയും പെണ്ണമ്മയുടെയും മകളായി ചങ്ങനാശ്ശേരി വാഴപ്പള്ളിയിൽ ജനനം.
സെന്റ് ടെരീസാസ് കോൺവെന്റ് ഹൈസ്കൂൾ വാഴപ്പള്ളി, ചങ്ങനാശ്ശേരി അസംപ്ഷൻ കോളേജ്, എൻ എസ് എസ് ബി എഡ് കോളേജ് എന്നിവിടങ്ങളിൽ വിദ്യാഭ്യാസം. കെമിസ്ട്രിയിൽ ബി എസ് സി ബിരുദം.
ദീർഘകാലം അദ്ധ്യാപികയായിരുന്നു. പേരൂർക്കട ഗവ. ഗേൾസ് ഹൈസ്കൂളിൽനിന്ന് ഹെഡ്മിസ്ട്രസായി വിരമിച്ചു. ജസ്റ്റിസ് വി ആർ കൃഷ്ണയ്യരടക്കം നിരവധിപേരുടെ ലേഖനങ്ങൾ പരിഭാഷപ്പെടുത്തിയിട്ടുണ്ട്.
കൃതികൾ: *എരിഞ്ഞടങ്ങുന്ന പകൽ, പറന്ന് പറന്ന് പറന്ന്, സുകൃതം, നക്ഷത്രങ്ങൾ പറഞ്ഞ കഥ* (നോവൽ), *ലോഹങ്ങൾ കഥ പറയുന്നു, ഭൗതിക രസതന്ത്രം* (ശാസ്ത്രരചനകൾ).

ഭർത്താവ് : സി ഡി ശശികുമാർ
മക്കൾ : ഡോ. എസ് ശോഭാജാസ്മിൻ,
(എം ബി ബി എസ്, എം എസ്)
ഡോ. സന്തോഷ് ബാബു, ഐ എ എസ്
വിലാസം : റ്റി സി 3/689
സി ഡീ സ് ഭവൻ, ദീപ്തി നഗർ
മുട്ടട പി ഒ, തിരുവനന്തപുരം-25
ഫോൺ : 9746657534, 0471-2531693

ഉള്ളടക്കം

പ്രസാധകക്കുറിപ്പ്

ഊർജ്ജതന്ത്രത്തിൽ പുതു പാത വെട്ടിത്തെളിച്ച ഐസക് ന്യൂട്ടന്റെയും ആൽബർട്ട് ഐൻസ്റ്റീന്റെയും രസതന്ത്ര ത്തിന്റെ കുലപതിയായ ലാവോയ്സറുടെയും ജീവിത ത്തെയും പ്രധാനസംഭാവനകളെയും പരിചയപ്പെടുത്തുക യാണ് ഈ ലഘുഗ്രന്ഥം. പ്രായോഗിക ശാസ്ത്രത്തിന്റെ വളർച്ചയ്ക്ക് സംഭാവന നല്കുകവഴി ഇവർ ആധുനിക ലോകത്തെത്തന്നെയാണ് സൃഷ്ടിച്ചത്. പില്ക്കാല ശാസ്ത്ര ജ്ഞർക്ക് കണ്ടെത്തുവാനായി ഭൗതിക പ്രതിഭാസങ്ങളി ലേക്ക് ജാലകം തുറന്നിടുകയായിരുന്നു ഇവർ. ഇവർ പണിത അടിസ്ഥാനത്തിൽ നിന്നാണ് ശാസ്ത്രത്തിന്റെ മഹാസൗധങ്ങൾ ഉയർത്തപ്പെട്ടത്. ഇവരുടെ ജീവിതത്തി ലേക്കും സംഭാവനകളിലേക്കും കണ്ണോടിക്കുന്ന ഈ പുസ്തകം വിജ്ഞാന കുതുകികൾക്കായി സമർപ്പിക്കുന്നു. വിജ്ഞാനവർഷ പരമ്പരയിലെ ഈ പുസ്തകവും നിങ്ങൾ നെഞ്ചേറ്റുമെന്ന് പ്രതീക്ഷിക്കുന്നു

ചിന്ത പബ്ലിഷേഴ്സ്

ആമുഖം

ലോകം കണ്ട ഏറ്റവും പ്രഗത്ഭരായ ശാസ്ത്രജ്ഞന്മാരിൽ മുൻനിരയിൽ നില്ക്കുന്ന മൂന്നു ശാസ്ത്രജ്ഞന്മാരുടെ ജീവചരിത്രക്കുറിപ്പുകളാണ് ഈ പുസ്തകത്തിൽ ഉൾപ്പെടുത്തിയിട്ടുള്ളത്. കാലാനുക്രമത്തിൽ ആയതുകൊണ്ട് ഊർജ്ജതന്ത്രജ്ഞന്മാരായ ന്യൂട്ടന്റെയും ഐൻസ്റ്റീന്റെയും മദ്ധ്യത്തിലാണ് രസതന്ത്രജ്ഞനായ ലാവോയ്സറുടെ സ്ഥാനം.

ചിന്തയെന്ന മഹാവിദ്യാലയത്തിൽ ഒരിക്കൽപ്പോലും ഉറങ്ങിയിട്ടില്ലാത്ത ഒരു പ്രതിഭയാണ് സർ ഐസക് ന്യൂട്ടൻ (1642–1727).

തനിക്കു പിന്നിൽ സഞ്ചരിച്ച ഊർജ്ജതന്ത്രജ്ഞരും ഗണിതജ്ഞരുമായിരുന്ന കോപ്പർ നിക്കസ്, ഗലീലിയോ, ഡെസ്ക്കാർട്ടസ്, പാസ്കൽ ബേക്കൺ, കെപ്ലർ, ഹൈഗീൻസ് തുടങ്ങിയ മഹാരഥന്മാരുടെ തോളിൽ ചവിട്ടി നിന്നാണ് തന്റെ ശാസ്ത്രസങ്കല്പങ്ങൾക്ക് മൂർത്തഭാവം നല്കാൻ കഴിഞ്ഞതെന്ന് ഒരു സങ്കോചവും കൂടാതെ തുറന്നുപറയാൻ ന്യൂട്ടൻ മാത്രമേ ആർജ്ജവം കാണിച്ചിട്ടുള്ളൂ.

ആധുനിക ഊർജ്ജതന്ത്രസ്ഥാപകനായ ന്യൂട്ടൻ ശാസ്ത്രചരിത്രത്തിലെ ഏറ്റവും പ്രസിദ്ധമായ നാമങ്ങളിൽ ഒന്നാണെന്ന് സംശയലേശമെന്യേ അംഗീകരിക്കപ്പെട്ടിട്ടുള്ള ഒരു വസ്തുതയാണ്.

മൂന്നു നൂറ്റാണ്ടുകൾക്കു മുമ്പാണ് അദ്ദേഹം ജീവിച്ചിരുന്നത്, എങ്കിലും അദ്ദേഹത്തിന്റെ അഭൂതപൂർവ്വ ശാസ്ത്ര സംഭാവനകളായ ചലനനിയമങ്ങൾ, ഗുരുത്വം, ബലതന്ത്രം, പ്രകാശതന്ത്രം, കണ്ടുപിടിത്തങ്ങളായ കാൽക്കുലസ്, പ്രതിഫലന ടെലസ്കോപ്പ്, തെർമോ മീറ്റർ തുടങ്ങി മറ്റനേകം കണ്ടുപിടിത്തങ്ങളും നമ്മെ അത്ഭുതപരതന്ത്രരാക്കുന്നു.

അദ്ദേഹത്തിന്റെ നിരന്തരമായ ചിന്തയിൽ ഉരുത്തിരിഞ്ഞുവന്ന 'വിപരീതവർഗ്ഗ നിയമം' (inverse square law) ഒരു അസാധാരണ പ്രതി

ഭയ്ക്കു മാത്രമേ രൂപവല്ക്കരണപ്പെടുത്താൻ സാധിക്കുകയുള്ളൂ. അറിവിന്റെ രണ്ടു ശാഖകളായ ഗണിതവും ഊർജ്ജതന്ത്രവും ഉന്നതകോടിയിലെത്തിച്ച ശാസ്ത്രജ്ഞൻ ന്യൂട്ടൻ അല്ലാതെ മറ്റാരുമല്ല. മറ്റൊരു ശാസ്ത്രജ്ഞനും ഇത്തരത്തിലുള്ള ഒരു ഉയർന്ന നില അവകാശപ്പെടാൻ സാധിച്ചിട്ടില്ല.

മനുഷ്യന്റെ പ്രപഞ്ചത്തെ വിപുലമാക്കിയതും മാനവ കുലത്തെ ആദ്യമായി സാർവ്വത്രികരമ്യതയിലേക്ക് കൈപിടിച്ചുയർത്തിയതും ന്യൂട്ടന്റെ ശാസ്ത്രസങ്കല്പത്തിന്റെ സംഭാവനയാലാണ്. ലോകത്തിന്റെ ആത്യന്തികമായ നിഗൂഢതകളുടെ കുരുക്കഴിക്കാൻ മനുഷ്യന്റെ നൂതനമായ സാഹസം തുടങ്ങിയതും ന്യൂട്ടന്റെ ജീവിതത്തോടൊപ്പമാണ്.

അലക്സാണ്ടർ പോപ്പ് അദ്ദേഹത്തെപ്പറ്റി എഴുതിയ ഒരു പദ്യശകലം ഇതാ.

'പ്രകൃതിയും പ്രകൃതിയുടെ നിയമങ്ങളും
രാത്രിയിൽ ഒളിച്ചു കിടന്നു
ദൈവം അരുളി, ന്യൂട്ടൻ ഉണ്ടാകട്ടെ
എല്ലാം പ്രകാശമയം!'

"അന്റോയ്ൻ ലാവോയ്സർ (1743-1794) ഒരുവിപ്ലവം നയിച്ചു. എന്നാൽ മറ്റൊന്ന് അദ്ദേഹത്തിന്റെ ജീവനെടുത്തു."

ആധുനിക രസതന്ത്രത്തിന്റെ പിതാവ് എന്നു വിശേഷിപ്പിക്കപ്പെടുന്ന ലാവോയ്സർ ഫ്രഞ്ചുവിപ്ലവകാലത്ത് അമ്പത്തിരണ്ടാം വയസ്സിൽ ഗില്ലറ്റിനാൽ ശിരച്ഛേദം ചെയ്യപ്പെട്ടത് അദ്ദേഹം ഒരു പ്രഭുകുടുംബത്തിൽ ജനിച്ചു എന്ന ഒറ്റക്കാരണത്താലായിരുന്നു. 18-ാം നൂറ്റാണ്ട് രണ്ടു വിപ്ലവങ്ങൾ കണ്ടു. ഫ്രഞ്ചുവിപ്ലവവും രാസവിപ്ലവവും.

ലാവോയ്സർക്ക് ആകർഷകമായ വ്യക്തിത്വമാണുണ്ടായിരുന്നത്. അദ്ദേഹം അതിവിദഗ്ദ്ധനായ ഒരു പ്രതിഭയായിരുന്നു. വ്യത്യസ്തമണ്ഡലങ്ങളിലുള്ള അദ്ദേഹത്തിന്റെ നേട്ടങ്ങൾ ഇതിനു തെളിവാണ്.

നവീനരസതന്ത്രത്തിന്റെ അടിസ്ഥാനം മാത്രമല്ല അദ്ദേഹം ഇട്ടത്. രസതന്ത്രഭാഷ, നാമപ്രക്രിയ, മെട്രിക് പദ്ധതി അവതരണം, കൂടാതെ ജലം ഒരു മൂലകമല്ല ഹൈഡ്രജനും ഓക്സിജനും ചേർന്ന സംയുക്തമാണെന്നു തെളിയിച്ചത്, അബദ്ധജഡിലമായ ഫ്ളോജിസ്റ്റോൺ സിദ്ധാന്തത്തെ കടപുഴക്കിയെറിഞ്ഞത്, ഇങ്ങനെ അനേകമനേകം, ഇന്നും രാസവഴിയിൽക്കൂടി മാനവകുലത്തെ നടത്തിച്ചു കൊണ്ടിരിക്കുന്ന മനുഷ്യസ്നേഹി... പ്രപഞ്ചം സ്ഥൂലമാണ്, അതേസമയം സൂക്ഷ്മവുമാണ്. ആ സൂക്ഷ്മവഴിയുടെ അടിസ്ഥാനം അണു (ആറ്റം) ആണ്. ആ ആറ്റത്തിന്റെ പ്രക്രിയകൾ! എല്ലാം അദ്ദേഹം കാട്ടിത്തന്നു.

ലാവോയ്സർ ഒരു റാഷനലിസ്റ്റ് (കാര്യകാരണ സൈദ്ധാന്തികൻ) ആയിരുന്നു. വ്യവസ്ഥാനുസൃതമായി അദ്ദേഹം. മെസ്മെറിസം എന്ന ദുരാചാരത്തെ തകർത്തത് ഇന്നും അന്ധവിശ്വാസങ്ങൾക്കും വ്യാജസിദ്ധന്മാർക്കും എതിരായുള്ള സമരത്തിന് പ്രചോദനമാണ്.

ഇത്രയും മഹാനായ ഒരു ശാസ്ത്രജ്ഞന് ഗില്ലറ്റിൻ മൂലമുള്ള ഹീന മായ മരണം ഉണ്ടായത് ശാസ്ത്രചരിത്രത്തിലെ ദുഃഖകരമായ സംഭവ ങ്ങളിൽ ഒന്നാണ്.

അദ്ദേഹത്തെപ്പറ്റി ലഗറാങ് എന്ന് ഫ്രഞ്ച് ഗണിതജ്ഞൻ പറഞ്ഞത്.

"ഒരു നിമിഷം മാത്രമേ ആ ശിരസ്സ് ഛേദിക്കുവാൻ വേണ്ടി വന്നു ള്ളൂ; എന്നാൽ ഒരു നൂറുവർഷം കൊണ്ടുപോലും അതുപോലെ ഒന്നിനെ സൃഷ്ടിക്കുവാൻ സാദ്ധ്യമല്ല."

"ഐൻസ്റ്റീനെ (1879-1955) മനസ്സിലാക്കുന്നതിനർത്ഥം ഈ പ്രപഞ്ചം ഏതു തരത്തിൽ പ്രവർത്തിക്കുന്നു എന്നാണ്."

പ്രപഞ്ചത്തെപ്പറ്റിയും ബഹിരാകാശത്തെപ്പറ്റിയും ഇത്രയും കൃത്യ മായ നിഗമനങ്ങളും നിയമങ്ങളും ചിന്തയിലൂടെ മനുഷ്യരാശിക്ക് പ്രദാനം ചെയ്ത അദ്ദേഹത്തെ എത്ര പ്രകീർത്തിച്ചാലും അധികമാകില്ല.

ഐൻസ്റ്റീന്റെ വ്യക്തിപ്രഭാവം ഒരു മനുഷ്യന് ഗ്രഹിക്കാൻ കഴിയ ണമെങ്കിൽ അദ്ദേഹത്തിന്റെ ആപേക്ഷികതാസിദ്ധാന്തവും മറ്റു സിദ്ധാ ന്തങ്ങളും കൂടാതെ ഭൂമിയുൾപ്പെടെയുള്ള പ്രപഞ്ചവും അതിന്റെ ചുറ്റു പാടുകളും മനസ്സിലാക്കേണ്ടിയിരിക്കുന്നു.

അദ്ദേഹത്തിന്റെ ഒരു ഉദ്ധരണി, "ബുദ്ധിരാക്ഷസന്മാർ പ്രശ്നങ്ങൾ പരിഹരിക്കുന്നു, പ്രതിഭകൾ അവയെ തടയുന്നു."

മറ്റൊരു ഉദ്ധരണി,

"ചൂടുള്ള ഒരു സ്റ്റൗവ്വിനു മുകളിൽ ഒരു മിനിറ്റ് സമയം കൈ വയ്ക്കുക, ആ സമയം ഒരു മണിക്കൂർപോലെ തോന്നും. ഒരു സുന്ദരി യായ പെൺകുട്ടിയുടെ കൂടെ ഒരു മണിക്കൂർ ഇരിക്കുക. ഒരു മിനിറ്റായി തോന്നും. ഇതാണ് ആപേക്ഷികത."

എഴുത്ത് ജനകീയമാക്കിക്കൊണ്ടിരിക്കുന്ന മഹായജ്ഞത്തിൽ പങ്കാ ളിയാകാൻ എപ്പോഴും എനിക്കവസരം നല്കിയ ചിന്ത പബ്ലിഷേഴ്സിന് എന്റെ ഹൃദയം നിറഞ്ഞ നന്ദി രേഖപ്പെടുത്തുന്നു.

പ്രയോറിറ്റി പബ്ലിക്കേഷൻസിന്റെ 'World Great Scientist' എന്ന പുസ്തകപരമ്പരയിൽപ്പെടുന്ന മൂന്ന് ബുക്കുകളാണ് ന്യൂട്ടൻ, ലാവോ യ്സർ, ഐൻസ്റ്റീൻ. ഇംഗ്ലീഷ് ഭാഷാ പരിജ്ഞാനം ഇല്ലാത്തവർക്കും കൂടി ഈ മഹാശാസ്ത്രജ്ഞന്മാരുടെ അനുഭവങ്ങളും വെല്ലുവിളികളും വേദ നകളും യാതനകളും സർവ്വോപരി മഹത്തായ കണ്ടുപിടിത്തങ്ങളും അവരെ എക്കാലവും സ്മരിക്കപ്പെടുവാൻ എങ്ങനെ അർഹരാക്കിയെന്നു മനസ്സിലാക്കണം. മൊഴിമാറ്റം നടത്താൻ എന്നെ പ്രാപ്തയാക്കിയ പ്രയോ റിറ്റി പബ്ലിക്കേഷൻസിന് എന്റെ നിസീമമായ കൃതജ്ഞത അറിയിക്കട്ടെ.

ശാസ്ത്രസ്നേഹികളും വായനപ്രിയരുമായ എല്ലാ സഹൃദയർക്കു മായി ഈ പുസ്തകം ഞാൻ സമർപ്പിക്കുന്നു.

എം ടി കുട്ടിയമ്മ

ഐസക് ന്യൂട്ടൻ

1

ജനനം, ബാല്യകാലം

ന്യൂട്ടൻ കുടുംബം ചെറുകിടജന്മി വിഭാഗത്തിൽപ്പെട്ടതായിരുന്നു. എങ്കിലും ന്യൂട്ടന്റെ പിതാവ് ഐസക് ന്യൂട്ടനും മുത്തച്ഛനും നിരക്ഷരരായിരുന്നു. 1570 ൽ ജനിച്ച മുത്തച്ഛൻ റോബർട്ട് ന്യൂട്ടൻ 1623 ൽ വൂൾസ്തോർപ്പിലെ മാടമ്പിഭവനം വാങ്ങി അതിന്റെ പ്രഭുപദവി നേടി. 1642 ഏപ്രിൽ മാസം ന്യൂട്ടന്റെ പിതാവായ ഐസക് ന്യൂട്ടൻ ഹന്നാ അയിസ്കോഫ്ത്തിനെ വിവാഹം ചെയ്തു. അയിസ് കോഫുമാർ ന്യൂട്ടന്മാരേക്കാളും വിദ്യാസമ്പന്നരും സമൂഹത്തിൽ ഉന്നതന്മാരുമായിരുന്നു. ഹന്നയുടെ സഹോദരൻ വില്യം അയിസ്കോഫ് കേംബ്രിഡ്ജ് യൂണിവേഴ്സിറ്റി ഗ്രാഡുവേറ്റും ഒരു പുരോഹിതനുമായിരുന്നു.

1642 ക്രിസ്മസ് ദിനത്തിൽ ഹന്നാ ന്യൂട്ടൻ ഇംഗ്ലണ്ടിൽ ലിങ്കൺ ഷെയറിലെ വൂൾസ്തോർപ്പിൽ പൂർണ്ണ വളർച്ചയെത്താത്ത ഒരാൺകുഞ്ഞിന് ജന്മം കൊടുത്തു. ഈ കുഞ്ഞ് ജനിക്കുന്നതിന് രണ്ടു മാസം മുമ്പ് അവന്റെ പിതാവ് ഐസക് ന്യൂട്ടൻ മുപ്പത്തിയാറാമത്തെ വയസ്സിൽ മരിച്ചു. പിതാവിന്റെ ഓർമ്മയ്ക്കായി ഹന്നാ, പുത്രന് ഐസക് എന്നു പേരിട്ടു. ഈ ഐസക്കാണ് ആധുനിക ഊർജ്ജതന്ത്രത്തിന്റെ സ്ഥാപകനായി വാഴ്ത്തപ്പെടുന്ന ഐസക് ന്യൂട്ടൻ!

ശൈശവകാലം മുഴുവനും ഇടയ്ക്കിടയ്ക്കുണ്ടായിക്കൊണ്ടിരുന്ന രോഗങ്ങളാൽ കുട്ടിയുടെ ആരോഗ്യം വഷളായിക്കൊണ്ടിരുന്നു. കുഞ്ഞ് മരിച്ചുപോകുമെന്നുപോലും എല്ലാവരും ഭയപ്പെട്ടു. എന്നാൽ എല്ലാവരെയും അതിശയിപ്പിച്ചുകൊണ്ട് ആ കുഞ്ഞ് അതിജീവിക്കുകയും ഒരു ദീർഘായുസ്സിന്റെ ഉടമയായിത്തീരുകയും ചെയ്തത് ചരിത്രം.

ന്യൂട്ടന്റെ കുട്ടിക്കാലം തീർച്ചയായും സന്തോഷകരമായിരുന്നില്ല. ന്യൂട്ടന് മൂന്ന് വയസ്സ് മാത്രമുള്ളപ്പോൾ അടുത്തുള്ള ധനാഢ്യനും ഒരു

ഐസക് ന്യൂട്ടൻ

പാരിഷിന്റെ ഓഫീസ് അധികാരിയുമായിരുന്ന ബർണബാസ് സ്മിത്തിനെ ഹന്ന വിവാഹം ചെയ്തു. ആ സമയം ഹന്നയ്ക്ക് വെറും മുപ്പത്തഞ്ചു വയസ്സായിരുന്നു പ്രായം.

ഹന്നാ തത്രപ്പെട്ടു വിവാഹിതയായതിനും കാരണമുണ്ടായിരുന്നു. കുഞ്ഞ് ഐസക്കിനു വേണ്ടി അടുത്തുള്ള ന്യൂ സ്റ്റേണിലെ ഒരു പുരയിടം പുതിയ ഭർത്താവിനെക്കൊണ്ട് വ്യവസ്ഥ ചെയ്യിക്കുന്നതിനായിരുന്നു. എന്നാൽ ആ ഉടമ്പടിയിൽ മകനെ വേർപെടുത്തേണ്ടതായും വന്നു. അങ്ങനെ അമ്മയുടെ രണ്ടാം വിവാഹത്തോടുകൂടി ന്യൂട്ടനെ വളർത്തിയത് മുത്തശ്ശി ആയിത്തീർന്നു.

1642 ൽ ഇംഗ്ലണ്ടിലെ രാജാവായിരുന്ന ചാൾസ് ഒന്നാമനെ പ്യൂരിറ്റൻ മതവിഭാഗക്കാർ വധിച്ചതിനാൽ രാജ്യം ആഭ്യന്തര കലാപത്താൽ കലുഷിതമായിരുന്നു. പ്യൂരിറ്റൻ നേതാവായിരുന്ന ക്രോംവെൽ ഒരു

കോമൺ വെൽത്ത് (കൂട്ടായ്മ) സ്ഥാപിക്കുകയും ഇരുമ്പുമുഷ്ടി ഉപയോഗിച്ചു ഭരണം നടത്തുകയും ചെയ്തു. ജനങ്ങൾ സ്റ്റുവർട്ട്സിനെ 'കാവലിയറന്മാ'രെന്നായിരുന്നു വിളിച്ചിരുന്നത്. കാരണം അവർ മുടി നീട്ടി വളർത്തി ചുരുണ്ടതാക്കിയിട്ടിരുന്നു.

ക്രോംവെല്ലിന്റെ അനുഗാമികളായിരുന്ന 'റൗണ്ട് ഹെഡ്സ്' (മുടി ക്രോപ്പ് ചെയ്തിരുന്നതിനാൽ) സ്റ്റുവർട്ട്സിനെ തെരയാൻ വീടുവീടാന്തരം കേറിയിറങ്ങി. അങ്ങനെ ന്യൂട്ടന്റെ ബാല്യകാലം ഭയം നിറഞ്ഞതായിരുന്നതിനാൽ ആ കുട്ടി മർക്കടമുഷ്ടിക്കാരനും നിശ്ചയദാർഢ്യമുള്ളവനുമായി വളർന്നു. ഒമ്പതു വർഷങ്ങളോളം കൊച്ചു ന്യൂട്ടൻ അവന്റെ അമ്മയിൽ നിന്നും വേർപെട്ടു കഴിഞ്ഞു, 1653 ൽ രണ്ടാനച്ഛന്റെ മരണംവരെ അമ്മയുമായുള്ള വേർപിരിയൽ ന്യൂട്ടന്റെ വ്യക്തിത്വവികാസത്തെ സാരമായി ബാധിച്ചു. ഈ കാരണത്താൽ സ്ത്രീകളോട് ഒരു പ്രത്യേകതരത്തിലുള്ള നിലപാടാണുണ്ടായിരുന്നത്. സ്ത്രീകളിൽനിന്നും അകലം പാലിച്ച അദ്ദേഹം വിവാഹംപോലും ഉപേക്ഷിച്ചു. ന്യൂട്ടൻ വളർന്നത് പൂർണ്ണമായും അയിസ്കോഫ്തിസിന്റെ സംരക്ഷണത്തിലായിരുന്നു. ന്യൂട്ടന് നല്ലൊരു വിദ്യാഭ്യാസം നേടാൻ സ്കൂളിലയക്കാനും അവർ തീരുമാനിച്ചു.

അമ്മയുടെ രണ്ടാം വിവാഹത്തിൽ ഒരു മകനും രണ്ടു പെൺമക്കളും ഉണ്ടായിരുന്നു. അമ്മ തിരിച്ചുവരുന്നതിനു മുമ്പുള്ള കാലം ഏകനായും ആരാലും സ്നേഹിക്കപ്പെടാതെയുമാണ് വളർന്നത്. അമ്മൂമ്മ ന്യൂട്ടനെ സ്നേഹിച്ചിരുന്നെങ്കിലും മുത്തശ്ശനുമായി രമ്യതയിലായിരുന്നില്ല.

ന്യൂട്ടന് പത്തുവയസ്സുള്ളപ്പോഴായിരുന്നു അമ്മ വൂൾസ് തോർപ്പിൽ ജീവിതം നയിക്കുവാൻ തിരിച്ചുവന്നത്. അവരോടൊപ്പം തന്റെ അർദ്ധസഹോദരനും രണ്ട് അർദ്ധസഹോദരികളും ഉണ്ടായിരുന്നു. മൂത്ത കുട്ടിയായതുകൊണ്ട് ന്യൂട്ടന് എല്ലാക്കാര്യങ്ങളിലും ഒരു വല്ല്യേട്ടനെപ്പോലെ പെരുമാറണമായിരുന്നു. ന്യൂട്ടന് ഇതത്ര ഇഷ്ടമുള്ള കാര്യമായിരുന്നില്ല. രണ്ട് വർഷത്തിനുശേഷം ഗ്രന്ഥാവിലെ സ്കൂളിൽ അയക്കുന്നതുവരെ മാത്രമേ ഈ ജോലി നിലനിന്നുള്ളൂ.

നേരത്തെ ന്യൂട്ടൻ പഠിച്ചിരുന്നത് സ്കില്ലിങ്ടണിലും സ്റ്റോക് റോക്ക് ഫോർഡിലും ഉള്ള ചെറിയ ഗ്രാമീണ സ്കൂളുകളിലായിരുന്നു. അവിടെ വച്ച് തന്റെ പ്രതിഭ തെളിയിക്കുന്ന ഒരുകാര്യവും ഉണ്ടായില്ല. തന്നെയുമല്ല, ആളൊരു ദിവാസ്വപ്ന ജീവിയായിരുന്നതിനാൽ അദ്ധ്യാപകരും അവനെ ശ്രദ്ധിച്ചില്ല.

അതുകൊണ്ട് ഗ്രന്ഥാം കിങ്സ് സ്കൂളിലെ മാസ്റ്റർ ന്യൂട്ടനെ താഴത്തെ ക്ലാസിലാക്കി. കൂടാതെ ഏറ്റവും മോശപ്പെട്ട മൂന്നു കുട്ടികൾക്കും ശേഷമാണ് സീറ്റ് കൊടുത്തത്.

ഗ്രന്ഥാം വൂൾസ് തോർപ്പിൽനിന്നും പന്ത്രണ്ടു കിലോമീറ്റർ അകലെയായിരുന്നു. ഹന്നാ, ന്യൂട്ടനെ ഒരു ഉപവൈദ്യനായിരുന്ന മിസ്റ്റർ ക്ലാർക്കിന്റെ കൂടെയാക്കി. ക്ലാർക്കിന്റെ ഭാര്യ, ഹന്നയുടെ കളിക്കൂട്ടുകാരിയും ക്ലാർക്കിന്റെ സഹോദരൻ ജോസഫ് ഒരു ഫിസിഷ്യനും കിങ്സ്

സ്കൂളിലെ അദ്ധ്യാപകനുമായിരുന്നു.

ഇത്രനാളും ഒരു ഫാം ഹൗസായിരുന്ന തന്റെ വീടായിരുന്നു ന്യൂട്ടന്റെ മുഴുവൻ ലോകവും. നിലം ഉഴുക, ആട്ടിൻരോമം കത്രിക്കുക, കുതിരകൾക്ക് ലാടം തറയ്ക്കുക, മഴക്കാലത്തേക്കുള്ള വൻമാംസശേഖരത്തിൽ ഉപ്പിട്ടുവയ്ക്കുക തുടങ്ങിയവ ന്യൂട്ടന്റെ ജോലികളായിരുന്നു. ഫാമിൽ കാണുന്ന പക്ഷികൾ, പൂക്കൾ, മത്സ്യം, നാല്ക്കാലികൾ, ചുണ്ടെലികൾ ഇങ്ങനെ എല്ലാത്തിനോടും ഐസക്കിന് സ്നേഹമായിരുന്നു. ഒരുപാടു കാര്യങ്ങൾ അവനു കാണാനുണ്ടായിരുന്നു, ഒരുപാട് കാര്യങ്ങൾ അവനെ കുഴപ്പത്തിലാക്കുകയും ചെയ്തിരുന്നു. ഒരിക്കൽ അവനൊരു പഴയ വാഗൺ വീലും ഒരു കല്ലുമായി കളിക്കുന്നതു കണ്ടിട്ട് അവന്റെ അമ്മ ചോദിച്ചതിന് ഉത്തരം പറഞ്ഞെങ്കിലും അവർക്കതു മനസ്സിലായില്ല. അവർക്ക് തന്റെ മകൻ ഒരു സാധാരണകുട്ടി അല്ലെന്നു മാത്രം മനസ്സിലായിരുന്നു. അതിനാലാണ് അവനെ ഒരു മാന്യനാക്കാൻ അവർ സഹോദരൻ വില്ല്യമിനോട് പറഞ്ഞ് അവനെ ഗ്രന്ഥാം സ്കൂളിൽ അയച്ചത്.

ക്ലാർക്കിന്റെ വീട്ടിൽ ചെറുതെങ്കിലും നല്ലൊരു മുറി ന്യൂട്ടനു കൊടുത്തിരുന്നു. ഫാം ഹൗസിൽനിന്നു വ്യത്യസ്തമായി അവിടുണ്ടായിരുന്ന പല വസ്തുക്കളും അവനെ ഉത്സാഹഭരിതനാക്കി. മനോഹരമായ മരുന്നുകൂടുകളും മരുന്നുകളും, വെള്ളത്തിലിട്ടാൽ മനോഹരവർണ്ണങ്ങൾ കിട്ടുന്ന പൊടികളും! കൊച്ചു ന്യൂട്ടന് ഇതൊരു നിഗൂഢവും ഉത്തേജകജനകവുമായ ഒരു ലോകമായിരുന്നു. ഓയിൽ ഓഫ് വിട്രിയോൾ, ഓയിൽ പിങ്ക് (oyle pink) സിന്നബർ, സ്പിരിറ്റ്സ് ഓഫ് വൈൻ, അക്വാറീജിയ, സൾഫർ, മെർക്കുറി, മെർക്കുറിയസ് ആന്റ് കാൽസിനസ്—അങ്ങനെ വിചിത്രമായ പേരുകളുള്ള അന്തമില്ലാത്ത ഒരു പട്ടിക!

മിസ്റ്റർ ക്ലാർക്ക് ദയാലുവായിരുന്നതിനാൽ രാസ പരീക്ഷണങ്ങൾ ചെയ്ത് ന്യൂട്ടന്റെ വളർന്നുവരുന്ന ജിജ്ഞാസ തൃപ്തിപ്പെടുത്തുവാൻ കഴിഞ്ഞു.

കിങ്സ് സ്കൂളിൽ ന്യൂട്ടന്റെ മാസ്റ്റർ ആയിരുന്ന ഹെൻറി സ്റ്റോക്ക്സിന് അദ്ധ്യാപകനെന്ന നിലയിൽ അവിടെ ഒരു ശ്രേഷ്ഠപദവിയാണുണ്ടായിരുന്നത്. ലാറ്റിൻ, ഗ്രീക്ക് ഭാഷകൾ, ക്ലാസിക് സാഹിത്യം, പ്രാഥമിക ഗണിതം എല്ലാം അവിടെ പഠിപ്പിച്ചിരുന്നു. അക്കാലത്ത് ശാസ്ത്രത്തിന്റെയും ഗണിതത്തിന്റെയും ബോധനഭാഷ ലാറ്റിനായിരുന്നു. അതുകൊണ്ട് പില്ക്കാല പഠനത്തിനും ഇംഗ്ലീഷ് ഇതര പണ്ഡിതന്മാരുമായി ആശയവിനിമയം നടത്തുവാനും കഴിഞ്ഞിരുന്നു.

ആദ്യം (ക്ലാസിലെ) ഏറ്റവും താഴെയായിരുന്ന ന്യൂട്ടൻ ഒരു സംഭവത്തോടെ തന്റെ മ്ലാനമുഖഭാവം മാറ്റി ക്ലാസിലെ ഏറ്റവും ടോപ്പായിത്തീരാൻ കഴിഞ്ഞു. ക്ലാസിലെ ടോപ്പറും കായികശേഷിയിലും ശരീരപ്രകൃതിയിലും വലിയവനും ആയിരുന്നു ആർതർ സ്റ്റോറർ ഐസക്കിനെ ഒരു ദിവസം വയറ്റിൽ തൊഴിച്ചു. അന്നു വൈകുന്നേരംതന്നെ ന്യൂട്ടൻ അവനെ

കായികമായി കീഴ്പ്പെടുത്തുകയും അന്നുമുതൽ തന്റെ മ്ലാനതയെല്ലാം വലിച്ചെറിഞ്ഞ് ക്ലാസിൽ ഒന്നാമനായിത്തീരുകയുംചെയ്തു.

അവസാനം മിസ്റ്റർ സ്റ്റോക്സ് ന്യൂട്ടനെ പ്രശംസിക്കുകയും കുറഞ്ഞ വർഷങ്ങൾക്കകം തന്നെ ന്യൂട്ടൻ ഒരു പണ്ഡിതനാകുമെന്നു പ്രവചിക്കുകയും ചെയ്തു.

ഗ്രന്ഥാം സ്കൂൾജീവിതം ന്യൂട്ടനെ സംബന്ധിച്ചിടത്തോളം സുവർണ്ണവർഷങ്ങളായിരുന്നു. വായന, മോഡൽ നിർമ്മാണം, പട്ടം പറത്തൽ, ചെറിയ യന്ത്രോപകരണനിർമ്മാണം, രാസ പരീക്ഷണങ്ങൾ ഇവയെല്ലാം സ്കൂൾ ജീവിതത്തിൽ ന്യൂട്ടന്റെ ജിജ്ഞാസയ്ക്ക് ശമനം നല്കിയിരുന്നു.

ഗണ്ണർ ബൈ ഗ്രാമത്തിൽ തൊഴിലാളികൾ വിൻഡ്മിൽ ഉണ്ടാക്കിയതിന്റെ ഒരു മോഡൽ ന്യൂട്ടൻ ഒരാഴ്ചകൊണ്ടു നിർമ്മിച്ച് മിസ്റ്റർ ക്ലാർക്കിന്റെ വീടിന്റെ മേല്ക്കൂരയിൽ സ്ഥാപിച്ചു. മില്ലർ ആയിട്ട് ഒരു എലിയെയും ഉപയോഗിച്ചു.

ഈ കാലയളവിൽ ന്യൂട്ടന്റെ തലച്ചോറ് ആശയങ്ങളും കുഴപ്പിക്കുന്ന ചോദ്യങ്ങളും പ്രോജക്ടുകളും നിറഞ്ഞത് അദ്ദേഹത്തെ അശ്രദ്ധനാക്കി. കൂടാതെ കൈയിൽ കിട്ടിയതെന്തും വായിക്കുകയും ചെയ്തു.

ക്രോംവെല്ലിന്റെ പടയോട്ടം ജനജീവിതം ദുസ്സഹമാക്കിയതിനാൽ ആർക്കും ആരെയും വിശ്വസിക്കാൻ പറ്റാതായി. വയൽ ജോലികൾ ചെയ്യിക്കാൻ വിശ്വസ്തരില്ലാഞ്ഞതിനാലും ഫീസ് അടയ്ക്കാൻ കഴിയാഞ്ഞതിനാലും ന്യൂട്ടന്റെ പഠിപ്പു നിർത്താൻ തീരുമാനിച്ച് ഹന്ന 1658 ജൂൺ അവസാനം സ്കൂളിലെത്തി. മിസ്റ്റർ സ്റ്റോക്ക്സ് അടുത്തവർഷത്തെ ഫീസ് അടച്ചു കൊള്ളാമന്നു പറഞ്ഞിട്ടും, പതിനാറു വയസ്സും കായികശേഷിയുമുള്ള ന്യൂട്ടനെ ഹന്ന തിരിച്ചുകൊണ്ടുപോയി.

രണ്ടുവർഷവും ന്യൂട്ടൻ ആത്മാർത്ഥമായി വയലിൽ പണി ചെയ്ത് അമ്മയെ സഹായിക്കാൻ ശ്രമിച്ചെങ്കിലും വിഫലമായി. അവസാനം വില്യം അയസ്കോത്തിന്റെ അഭിപ്രായമനുസരിച്ച് പഠനം പുനരാരംഭിച്ച് ട്രിനിറ്റി കോളേജിൽ അഡ്മിഷൻ നേടാൻ തീരുമാനമായി.

അദ്ധ്യാപകൻ വിചാരിച്ചത് രണ്ട് വർഷത്തെ ഇടവേള പഠനത്തിൽ ന്യൂട്ടനെ പ്രതികൂലമാക്കിയെന്നായിരുന്നു. പക്ഷേ, ന്യൂട്ടന്റെ തിരിച്ചുവരവ് പതിന്മടങ്ങ് അവനെ ഉച്ചസ്ഥാനത്താക്കി. ന്യൂട്ടന്റെ മനസ്സ് കൂടുതൽ പക്വതയാർജ്ജിക്കുകയും തലച്ചോറ് പുതിയ പുതിയ ആശയങ്ങൾ നിറയ്ക്കുകയും ചെയ്തിരുന്നു. ഫാം ഹൗസിലെ രണ്ടു വർഷത്തെ ജീവിതം അവനെ തളർത്തുകയല്ല. വളർത്തുകയാണ് ചെയ്തത്. അങ്ങനെ 1660 ൽ ന്യൂട്ടൻ മിസ്റ്റർ ക്ലാർക്കിന്റെ വീട്ടിൽ തിരിച്ചുവന്നു.

ഹെഡ്മാസ്റ്റർ മിസ്റ്റർ സ്റ്റോക്സും മിസ്റ്റർ ക്ലാർക്സും കൂടി അവന് ട്രിനിറ്റി കോളേജിൽ പ്രവേശനം കിട്ടത്തക്കവണ്ണം ന്യൂട്ടനെ പഠനത്തിൽ പ്രോത്സാഹിപ്പിച്ചു.

അവസാനമായി ന്യൂട്ടൻ ഗ്രന്ഥാം വിടുമ്പോൾ മി. സ്റ്റോക്സ് ഗദ്ഗദ കണ്ഠനായും എന്നാൽ ജ്വലിക്കുന്ന വാക്കുകളാൽ അവനെ പ്രശംസിക്കുകയും ചെയ്തു. മറ്റു കുട്ടികൾ ന്യൂട്ടനെ മാതൃകയാക്കണമെന്നും പറഞ്ഞു.

മിസ്റ്റർ സ്റ്റോക്ക്സും വില്ല്യമും കൂടി ന്യൂട്ടന്റെ ട്രിനിറ്റി കോളേജ് പഠനത്തിന് ആവശ്യമായ കാര്യങ്ങൾ ആലോചിച്ചു. ഹന്നയ്ക്ക് തന്റെ മകന്റെ അസാധാരണ ഗുണങ്ങൾ മനസ്സിലായിത്തുടങ്ങിയിരുന്നു. കോളേജ് വിദ്യാഭ്യാസത്തിന് മകൻ പോകുന്നതോർത്ത് ഹന്ന അത്യന്തം സന്തോഷവതിയായി.

2

കേംബ്രിഡ്ജിൽ

വൂൾസ് തോർപ്പിൽനിന്നും ഏകദേശം നൂറു കിലോമീറ്റർ ദൂരം ഒരു കുതിരവണ്ടിയിൽ രണ്ടു ദിവസംകൊണ്ട് ആയാസകരമായ യാത്രചെയ്ത് ന്യൂട്ടൻ കേംബ്രിഡ്ജിലെ യൂണിവേഴ്സിറ്റിയിൽ എത്തി. പുതിയ ലോകത്ത് ഒരു പുതിയ ജീവിതം അഭിമുഖീകരിക്കാൻ ന്യൂട്ടൻ തയ്യാറായിരുന്നു.

1546 ൽ സ്ഥാപിതമായ വിഭജിക്കപ്പെട്ടിട്ടില്ലാത്ത ട്രിനിറ്റി കോളേജ് ആയിരുന്നു കേംബ്രിഡ്ജിലെ പ്രശസ്തമായ സ്ഥാപനം. ന്യൂട്ടന്റെ മാതുലനായിരുന്ന വില്യം ട്രിനിറ്റിയിലായിരുന്നപ്പോൾ ഹംഫ്രി ബാബിങ്ടൺ അവിടത്തെ അദ്ധ്യാപകനായിരുന്നു. ഗ്രന്ഥാമിലെ ന്യൂട്ടന്റെ പ്രഭിയായിരുന്ന മിസ്സിസ് ക്ലാർക്കിന്റെ സഹോദരനായിരുന്നു ബാബിങ്ടൺ. സഹോദരിയുടെ വീട്ടിൽ സന്ദർശനം നടത്തുമ്പോഴൊക്കെ ന്യൂട്ടനെ അദ്ദേഹം ശ്രദ്ധിച്ചിരുന്നു. ന്യൂട്ടന്റെ ജിജ്ഞാസാതല്പരതയിൽ മതിപ്പുണ്ടായിരുന്ന ബാബിങ്ടൺ അങ്ങനെ, സുഹൃത്തുക്കളാരും ഇല്ലാതിരുന്ന ന്യൂട്ടന് ശക്തനായ സുഹൃത്തായിത്തീർന്നു.

ഒരു പാവപ്പെട്ട വിദ്യാർത്ഥിയായിട്ടാണ് ന്യൂട്ടൻ കേംബ്രിഡ്ജിൽ പ്രവേശിച്ചത്. സർവ്വകലാശാലാംഗങ്ങളുടെയും ധനികരും പ്രഗത്ഭ പബ്ലിക് സ്കൂളുകളിൽനിന്നും വന്ന വിദ്യാർത്ഥികളുടെയും ജോലിക്കാരനാ (Subsizar)യിട്ടാണ് ന്യൂട്ടൻ ട്രിനിറ്റിയിൽ തന്റെ പഠനം നടത്തിയത്. ഉച്ചനീചത്വം കൊടികുത്തിവാണിരുന്ന ട്രിനിറ്റിയിൽ സബ്സിസാറാകാതെ തന്നെ അതിജീവിക്കാമായിരുന്നു. കാരണം, ഗ്രാമീണനില വച്ചുനോക്കിയാൽ ന്യൂട്ടന്റേത് സമ്പന്നകുടുംബമായിരുന്നു. എങ്കിലും ന്യൂട്ടന്റെ അമ്മ, മകൻ സ്വന്തം കാലിൽ നിന്നുകൊണ്ടുതന്നെ പഠിക്കണമെന്നു ശഠിച്ചു. അങ്ങനെ ട്രിനിറ്റിയിൽ പാവങ്ങളിൽ പാവപ്പെട്ടവനായി, ഏകനായി, എല്ലാ

ജീവിതാഡംബരങ്ങളും ത്യജിച്ച് പഠിച്ചു. ഏകാഗ്രത കെടുത്തുന്ന എല്ലാ വിധമായ ആകർഷണങ്ങളെയും അതിജീവിച്ച വിധം, അദ്ദേഹത്തിന്റെ ദിനക്കുറിപ്പുകൾ വ്യക്തമാക്കുന്നുണ്ട്.

കിട്ടിയ സമയത്തിലേറെ ഭാഗവും ലൈബ്രറിയിൽ ചെലവഴിച്ചു. എല്ലാ ത്തരത്തിലുമുള്ള അറിവിൻ ശകലങ്ങളും ന്യൂട്ടന്റെ ജീവിതം ജീവസ്സു റ്റതും പുതുതാക്കുകയും ചെയ്തിരുന്നു.

ട്രിനിറ്റിയിലെ ആദ്യനാളുകളിൽ ഒരു ബഹളക്കാരൻ വിദ്യാർത്ഥി സഹവാസി ആയിരുന്നതിനാൽ ഒരു സമാധാനവും കിട്ടിയില്ല. പിന്നീട് മുറിമാറി. കൂടെയുണ്ടായിരുന്നത് നിക്കോളാസ് വിസ്ക്കിൻസ് ആയിരു ന്നു. അവർ നല്ല സുഹൃത്തുക്കളായിത്തീരുകയും സൗഹൃദം രണ്ടു ദശ വർഷങ്ങളോളം തുടരുകയുംചെയ്തു. വിസ്ക്കിൻസിന്റെ ഓർമ്മക്കുറിപ്പു കളിൽ നിന്നുമാണ് ന്യൂട്ടന്റെ ട്രിനിറ്റി ജീവിതം വെളിവാകുന്നത്.

ആദ്യമൊക്കെ ന്യൂട്ടൻ മറ്റുള്ള വിദ്യാർത്ഥികളുടെയും അദ്ധ്യാപക രുടെയും ദൃഷ്ടിയിൽ ഒരു സബ്സിസാർ മാത്രമായിരുന്നു. കൂടാതെ പാഠ്യ പദ്ധതിയിൽ നിന്നുതന്നെ ശാസ്ത്രത്തെ ഒഴിവാക്കിയത് ന്യൂട്ടന് നിരാ ശാജനകമായിരുന്നു. അക്കാലത്ത് കേംബ്രിഡ്ജിലെയും ഓക്സ്ഫോർ ഡിലെയും തള്ളലുകളെല്ലാം ഫിലോസഫിയിലും തിയോളജിയിലുമായി രുന്നു. എന്നാൽ യൂറോപ്യൻ രാജ്യങ്ങളിലെ യൂണിവേഴ്സിറ്റികൾ കോപ്പർനിക്കസ്, ഗലീലിയോ, ഡെസ്ക്കാർട്ട്സ്, കെപ്ലർ തുടങ്ങിയവരുടെ ആശയങ്ങൾ വീറോടെ പഠിച്ചിരുന്നപ്പോൾ ബ്രിട്ടീഷ് യൂണിവേഴ്സിറ്റികൾ തുലോം പിറകിലായിരുന്നു. 1543 ൽ കോപ്പർനിക്കസിന്റെ De Revolutionibus എന്ന പ്രസിദ്ധീകരണത്തോടെ ശാസ്ത്ര വിപ്ലവം തുട ങ്ങിക്കഴിഞ്ഞിരുന്നു. ധാരാളം പുതിയതും അടിസ്ഥാനപരവുമായ ആധു നികശാസ്ത്രം യൂറോപ്പിൽ പ്രത്യക്ഷപ്പെട്ടു. കെപ്ലർ അദ്ദേഹത്തിന്റെ പ്രപ ഞ്ചതത്ത്വമായ ഹീലിയോ സെൻട്രിക് സിസ്റ്റം (സൂര്യനാണ് പ്രപഞ്ച ത്തിന്റെ കേന്ദ്രം) വളരെ വിശദമായി അവതരിപ്പിച്ചിരുന്നു. ഗലീലിയോ യുടെ ദൂരദർശിനി നിരീക്ഷണങ്ങൾ ഒരുപുതിയ യന്ത്രത ന്ത്ര(Mechanics)ത്തിന്റെ അടിസ്ഥാനം സ്ഥാപിച്ചു കഴിഞ്ഞിരുന്നു. അതു പോലെ ഡെസ്കാർട്ടസ്സും കണ്ടുപിടിച്ച ത്രിമാനക്ഷേത്രഗണിതവും (Three dimensional geometry) സംഭവ്യതാ സാദ്ധ്യതാ സിദ്ധാന്ത (Probability theory)വും പുതിയ പന്ഥാവുകൾ വെട്ടിത്തുറന്നിരുന്നു. കേംബ്രി ഡ്ജിലും ഓക്സ്ഫോർഡിലും പഴയ ജിയോ സെൻട്രിക് സിദ്ധാന്ത (ഭൂ മിയാണ് പ്രപഞ്ച കേന്ദ്രം)ത്തിലധിഷ്ഠിതമായ പ്ലേറ്റോയുടെയും അരി സ്റ്റോട്ടിലിന്റെയും ആശയങ്ങളായിരുന്നു പാഠ്യവിഷയങ്ങൾ. ഇവയെല്ലാം ന്യൂട്ടൻ വളരെ താല്പര്യത്തോടെ വായിച്ചിരുന്നുവെങ്കിലും അന്നുകിട്ടാ വുന്ന സകല പുരോഗമന ശാസ്ത്രങ്ങളുടെയും പുറകെ ആയിരുന്നു അദ്ദേ ഹം. അങ്ങനെ ഡെസ്കാർട്ടസ്, ഫ്രാൻസിസ് ബേക്കൺ, ഗലീലിയോ, കെപ്ലർ തുടങ്ങിയവർ ന്യൂട്ടന്റെ ചിന്താശക്തിയെ, കലാശാലാവിദ്യാഭ്യാ സത്തേക്കാൾ കൂടുതൽ ആഴത്തിൽ സ്വാധീനിച്ചിരുന്നു.

1663-64 ന് ഇടയിൽ ന്യൂട്ടൻ തന്റെ നോട്ട് ബുക്കിൽ ഒരു മുദ്രാവാക്യം എഴുതി.

'Plato is my friend,
Aristotle is my friend,
But my best friend is Truth'

അറിയാനും അറിഞ്ഞതു മനസ്സിലാക്കാനുമുള്ള ന്യൂട്ടന്റെ ത്വരയാണ് ഡെസ്ക്കാർട്ടസിന്റെ ത്രീഡൈമെൻഷനൽ ജ്യോമട്രിയിലും പിന്നീട് ആൾജിബ്രയിലെ സാങ്കേതികതകളിലും പാണ്ഡിത്യം നേടാൻ അദ്ദേഹത്തിനു കഴിഞ്ഞത്.

ന്യൂട്ടനിലെ പ്രതിഭയെ കണ്ടെത്തിയ ഇംഗ്ലീഷ് ഗണിത പ്രൊഫസറായിരുന്നു ഐസക് ബാരോ. കൂടാതെ ബാബിങ്ടണും അദ്ദേഹത്തിന്റെ സബ്സിസാറും ആയിരുന്നു ന്യൂട്ടൻ. ബാരോ ന്യൂട്ടനെപ്പറ്റി ബാബിങ്ടനോടു പറഞ്ഞത്, "ഈ യുവാവിൽ ദൈവം അസാധാരണമായ ഉല്പാദനക്ഷമതയുള്ള ഒരു മനസ്സിനെ നട്ടിരിക്കുന്നു. അതിന് ഉയരത്തിലും ശക്തിയിലും വളരാൻ ഇതിനു ചുറ്റുമുള്ള കല്ലുകൾ മാറ്റി വൃത്തിയാക്കേണ്ടത് നമ്മുടെ കടമയാണ്."

ന്യൂട്ടന്റെ വളർച്ചയിൽ ഏറ്റവും നിർണ്ണായകമായ സ്വാധീനം ഉണ്ടായിരുന്ന ഗണിതജ്ഞനായിരുന്നു ഡെസ്കാർട്ടസ്. ഭൗതികവസ്തുക്കളെല്ലാം ദ്രവ്യത്തിന്റെ രൂപത്തിൽ ചലിച്ചുകൊണ്ടിരിക്കുന്ന കണികകളാണെന്ന്, അവയുടെ യാന്ത്രികമായ പരസ്പര പ്രതിപ്രവർത്തനങ്ങളാണ് പ്രാകൃതികപ്രതിഭാസങ്ങൾക്കു കാരണമെന്നും അദ്ദേഹം ചിന്തിച്ചു. അക്കാലത്തു നിലവിലിരുന്ന അരിസ്റ്റോട്ടിലിന്റെ ഫിലോസഫിയേക്കാൾ ഡെസ്ക്കാർട്ടിന്റെ ചിന്തയാണ് ന്യൂട്ടന് കൂടുതൽ അഭികാമ്യമായിരുന്നത്.

ഡെസ്കാർട്ടസ്

ഡെസ്കാർട്ടസിന്റെ അനാലിറ്റിക്കൽ ജ്യോമട്രി കൂടാതെ ന്യൂട്ടനു തന്റെ ഗ്രാവിറ്റേഷൻ നിയമം 'മാഗ്നം ഓപസ് പ്രിൻസിപ്പിയ' എഴുതുവാൻ കഴിയുമായിരുന്നില്ല.

രൂപാന്തരപ്പെട്ടുകൊണ്ടിരുന്ന ന്യൂട്ടന്റെ മനസ്സിന് കിട്ടിയ മറ്റൊരു

ശക്തമായ സ്വാധീനം ഫ്രാൻസിസ് ബേക്കണിൽ നിന്നായിരുന്നു.

ന്യൂട്ടൻ അണ്ടർ ഗ്രാഡുവേറ്റ് കോഴ്സ് പാസായത് 1665 ഏപ്രിലിലായിരുന്നു. ഭാവിയിൽ എല്ലാ ശാസ്ത്രജ്ഞരേക്കാളും ബുദ്ധിരാക്ഷസനായിത്തീർന്ന ന്യൂട്ടന് ഇത് മഹത്തരമായ ഒരു വിജയമായിരുന്നില്ല. സിലബസിനു പുറത്തുള്ള ശാസ്ത്രവും ഗണിതവും അദ്ദേഹം സ്വന്തമായി പഠിച്ചു ബുദ്ധിപരമായ ചിന്താവിപ്ലവം ന്യൂട്ടന്റെ മനസ്സിൽ നടക്കുകയായിരുന്നെന്ന് ആരും അറിഞ്ഞില്ല. ശാസ്ത്രചിന്തയിലുള്ള അവഗാഹമായ ഉൾക്കാഴ്ചയും പുരോഗമനവും അദ്ദേഹത്തിന്റെ നോട്ട് ബുക്കിൽ നിന്നുമാണ് നാമറിയുന്നത്.

3

ഒരു തിളക്കമാർന്ന കണ്ടുപിടിത്തം

ബിരുദാനന്തരം ട്രിനിറ്റിയിൽത്തന്നെ വിദ്യാഭ്യാസം തുടരണമെന്ന് ന്യൂട്ടൻ ആഗ്രഹിച്ചു. ആരും മോഹിക്കുന്ന ഒരു ഫെലോഷിപ്പ് അദ്ദേഹത്തിനവിടെനിന്നും കിട്ടുമെന്ന് ബാരോ സൂചിപ്പിച്ചിരുന്നു.

ഒരു ഫെലോ ആയാൽ പണത്തിന്റെ കാര്യത്തിൽ ഒരു മോചനം കിട്ടുമെന്നും കൂടാതെ തന്റെ സ്വകാര്യപഠനത്തിനും സമയം കണ്ടെത്താമെന്നും കരുതി.

അദ്ദേഹത്തിന്റെ മനസ്സിൽ ഉത്തരം കിട്ടാത്ത ധാരാളം ചോദ്യങ്ങൾ എപ്പോഴും ഉണ്ടായിരുന്നു. കെപ്ലറിന്റെ നിയമം ഉരുക്കഴിച്ച് ഗ്രഹങ്ങളുടെ ചലനം, പ്രിസത്തിൽകൂടി കടന്നുപോകുന്ന രശ്മികളുണ്ടാക്കുന്ന മഴവില്ലിന്റെ നിറങ്ങൾ, ഇവയ്ക്കെല്ലാം ഗണിതത്തിന്റെ സഹായത്താൽ അദ്ദേഹം ഉത്തരം കണ്ടുപിടിച്ചു. ഗ്രഹങ്ങളുടെ ചലനം ഗണിതത്തിന്റെ ഒരു പുതിയ രൂപവല്ക്കരണത്തിൽക്കൂടി മാത്രമേ മനസ്സിലാക്കാൻ കഴിയൂ എന്ന് അദ്ദേഹം വിശ്വസിച്ചു. അതുപോലെ ബൈനോമിയൽ തിയറവും തെളിയിക്കേണ്ടതുണ്ടായിരുന്നു. ഒരു ടെലസ്കോപ്പിന്റെ രൂപകല്പനയും ആശയസമൃദ്ധമായ അദ്ദേഹത്തിന്റെ മനസ്സിലുണ്ടായിരുന്നു.

ഫെലോഷിപ്പിന്റെ പ്രഖ്യാപനം കാത്തിരുന്നപ്പോഴാണ് ലണ്ടൻ ഭയങ്കര സാംക്രമികരോഗമായ ബ്യൂബോണിക് പ്ലേഗിന്റെ പിടിയിലമർന്നത്. കറുത്ത മരണം(Black death) എന്നറിയപ്പെട്ടിരുന്ന രോഗം ലണ്ടൻജനസംഖ്യയുടെ അഞ്ചിലൊരു ഭാഗത്തോളം അപഹരിച്ചു. 1665 ആഗസ്ത് 8-ാം തീയതി കേംബ്രിഡ്ജ് അനിശ്ചിതകാലത്തേക്കു പൂട്ടി.

ന്യൂട്ടൻ വൂൾസ് തോർപ്പിലെ ഗ്രാമീണ ഫാം ഹൗസിലേക്കു മടങ്ങി. അവിടെ മാനറിൽ രണ്ടാം നിലയിലെ ഒരു ചെറിയ മുറിയിൽ തന്റെ ബുക്കുകളുമായി സല്ലപിച്ചു. ഏറ്റവും സൃഷ്ടിപരവും ആവേശകരവുമായിരുന്നു

അവിടെ കഴിഞ്ഞ രണ്ടു വർഷങ്ങൾ. പ്ലേഗിനെ പരാമർശിച്ചുകൊണ്ട് അമ്പതുവർഷങ്ങൾക്കുശേഷം അദ്ദേഹം എഴുതി, "അപ്പോഴത്തെ എന്റെ പ്രായം കണ്ടുപിടിത്തത്തിന് ഉത്തമമായിരുന്നു. അപ്പോൾ മുതൽ ഗണിതത്തിലും തത്ത്വശാസ്ത്രത്തിലും മറ്റെന്തിനേക്കാളും ഞാൻ ഉത്സുകനായി." പ്ലേഗ് കാലം അദ്ദേഹത്തിന് ചിന്തയുടെ സുവർണ്ണകാലമായിരുന്നു. വീണ്ടും ഗ്രഹങ്ങളുടെ ചലനത്തിലേക്ക് അദ്ദേഹത്തിന്റെ മനസ്സ് വഴുതി. താഴെപ്പതിക്കുന്ന വസ്തുക്കളുടെ ചലനം സംബന്ധിച്ച നിയമവും ഗുരുത്വാകർഷണവും എല്ലാം ഗലീലിയോ കൃത്യമായി കണക്കാക്കിയിട്ടുണ്ടായിരുന്നു. അണ്ഡാകൃതിയിലുള്ള പഥങ്ങളിലൂടെ ഗ്രഹങ്ങൾ സഞ്ചരിക്കുന്നു എന്നും സൂര്യനിൽനിന്നും പുറപ്പെടുന്ന ഒരു വിചിത്രമായ ശക്തിയാണ് ഗ്രഹങ്ങളെ അവയുടെ പ്രത്യേക പഥങ്ങളിൽക്കൂടിത്തന്നെ സഞ്ചരിപ്പിക്കുന്നതെന്നും കെപ്ലർ വിശദീകരിച്ചിരുന്നു. ഭൗതിക പ്രശ്നങ്ങൾ തരണം ചെയ്യുന്നതിന് ഗണിത സാങ്കേതികതകൾ എങ്ങനെ ഉപയോഗിക്കാമെന്ന് ഡെസ്ക്കാർട്ടസും പഠിച്ചിരുന്നു.

ഡെസ്ക്കാർട്ടസ് വികസിപ്പിച്ചെടുത്ത അനാലിറ്റിക്കൽ ജ്യോമെട്രി ഒരു നിശ്ചലലോകത്തിന്റെ പ്രശ്നങ്ങൾ പരിഹരിക്കാവുന്ന നല്ലൊരു സാമഗ്രി ആയിരുന്നു. എന്നാൽ ചലനാത്മകമായ ഒരു ലോകത്തിൽ എല്ലാ വസ്തുക്കളും എല്ലായ്പ്പോഴും ചലിച്ചുകൊണ്ടിരിക്കുന്നു. അത്തരം ഒരു ചലനാത്മക ലോകത്തിന് ഒരുപുതിയ ആയുധം ആവശ്യമായിരുന്നു. അങ്ങനെ ന്യൂട്ടനിലെ കണ്ടുപിടിത്ത പ്രതിഭ നിർമ്മിച്ച ഗണിതസാമഗ്രിയാണ് കാല്ക്കുലസ്. ശാസ്ത്രചരിത്രത്തിലെ ഒരു നാഴികക്കല്ലാണ് ഈ കണ്ടുപിടിത്തം. കാല്ക്കുലസിന് ന്യൂട്ടൻ ആദ്യം പേരിട്ടത് ഫ്ളക്ഷ്യൻസ് (Fluxions) എന്നായിരുന്നു. പിന്നീട് Leibnitz ആണ് കാല്ക്കുലസ് എന്നു പേര് നല്കിയത്.

വലുതും സങ്കീർണ്ണവുമായ പ്രശ്നങ്ങൾ പരിഹരിക്കാനുള്ള മാർഗ്ഗം ഡെസ്ക്കാർട്ടസ്സിൽനിന്നുമാണ് ന്യൂട്ടൻ പഠിച്ചത്. ഒരു വലിയ പ്രശ്നത്തെ കൊച്ചുകൊച്ചു പ്രശ്നങ്ങളാക്കി ഓരോന്നും നിർദ്ധാരണം ചെയ്ത്, അവസാനം എല്ലാംകൂടി കൂട്ടുക. ഇങ്ങനെയാണ് കാല്ക്കുലസ് പ്രവർത്തിക്കുന്നത്. ഒരു വലിയ പ്രശ്നത്തെ ഏറ്റവും കൂടുതൽ ഭാഗങ്ങളാക്കിയാൽ അന്തിമഫലം ഏറ്റവും കൃത്യതയുള്ളതായിരിക്കും. ഉദാഹരണമായി ഒരു വൃത്തമോ, അണ്ഡാകാരമോ, എന്തുമാകട്ടെ അവയിലുള്ള ചതുരശ്ര സെന്റീമീറ്ററുകളുടെ എണ്ണം കണ്ടുപിടിക്കാൻ ഈ കാല്ക്കുലസ് ഉപയോഗിക്കാമെന്ന് ന്യൂട്ടൻ തെളിയിച്ചു.

വളരെ പ്രശസ്തരായ ഗ്രീക്ക്ഗണിതജ്ഞന്മാർ ഇത്തരം പ്രശ്നങ്ങൾ പരിഹരിക്കാൻ ശ്രമിച്ചിട്ട് പരാജയപ്പെട്ടിരുന്നു. ഇന്ത്യൻ ഗണിതജ്ഞനായിരുന്ന ആര്യഭട്ട് എ ഡി രണ്ടാം നൂറ്റാണ്ടിൽ കണ്ടുപിടിച്ച 'ശൂന്യലബ്ധി' ന്യൂട്ടന്റെ കാല്ക്കുലസ് പോലെയുള്ളതായിരുന്നു. ക്രമരഹിത ആകൃതികളുടെ വിസ്തീർണ്ണം കണ്ടുപിടിച്ചപ്പോൾ ന്യൂട്ടന് വെറും ഇരുപത്തിനാലുവയസ്സായിരുന്നു പ്രായം. 1666 ൽ തന്റെ ഫ്ളക്ഷൻ തിയറി ഉപയോ

ഗിച്ച് ഒരു ഹൈപ്പർ ബോളയുടെ വിസ്തീർണ്ണം കണക്കാക്കി.

താമസിയാതെ ഫ്ളക്ഷൻസ് (കാല്ക്കുലസ്) ആധുനികശാസ്ത്രത്തിന്റെ പ്രധാന സാമഗ്രികളുടെ വികസനത്തിലും ഗണിതത്തിന്റെ ഏതു ശാഖയിലുമുള്ള പ്രയോഗത്തിലേക്കും നയിച്ചു.

കിങ്സ് സ്കൂളിൽ ഗണിതം വളരെ കുറച്ചുമാത്രമേ പഠിപ്പിച്ചിട്ടുള്ളൂ. അതും അരിത്മെറ്റിക് മാത്രം. കേംബ്രിഡ്ജ് യൂണിവേഴ്സിറ്റിയിൽ ന്യൂട്ടൻ വരുന്നതിനു മുമ്പ് ക്ഷേത്രഗണിതവും പഠിച്ചിരുന്നില്ല. സ്കൂളിൽ നിന്നും വളരെ കഷ്ടിച്ചുമാത്രം ഗണിതത്തിൽ അടിസ്ഥാനമുണ്ടായിരുന്ന ന്യൂട്ടൻ വെറും നാലുവർഷങ്ങൾക്കുശേഷം കാല്ക്കുലസ് കണ്ടുപിടിച്ചതിന്റെ പിന്നിലുള്ള രഹസ്യം ഇന്നും രഹസ്യമായിത്തന്നെ അവശേഷിക്കുന്നു. വാസ്തവം പറയട്ടെ, കാല്ക്കുലസിന്റെ കണ്ടുപിടിത്തം സമ്പൂർണ്ണശാസ്ത്രത്തിന്റെയും തദ്വാരാ മനുഷ്യചരിത്രത്തിന്റെയും ഗതി (പ്രയാണം) മാറ്റി.

4

ഒരു ആപ്പിളിന്റെ പതനം!

നല്ല വെയിലുള്ള സായംകാലങ്ങളിൽ ന്യൂട്ടന്റെ മാടമ്പി വീടിനോടു ചേർന്നുള്ള ഫലോദ്യാനത്തിലെ ആപ്പിൾ മരങ്ങളുടെ ചോലയിൽ ഇരുന്ന് ശാരീരികക്ഷീണം തീർക്കുന്നതോടൊപ്പം പ്രകാശം, ശബ്ദം, പ്രപഞ്ചം, പിന്നെ ക്രമീകൃതമല്ലാത്ത വശങ്ങളുള്ള ചിത്രങ്ങളുടെയോ വസ്തുക്കളുടെയോ വിസ്തീർണ്ണം കണക്കാക്കൽ എന്നിവയുടെ കുഴപ്പിക്കുന്ന ചോദ്യങ്ങളുമായി മനസ്സിനെ ചിന്തിക്കാൻവിടുന്നത് ന്യൂട്ടന് ഇഷ്ടമായിരുന്നു. ഒരു ദിവസം ഒരു ആപ്പിൾ അദ്ദേഹത്തിന്റെ പാദത്തിനു സമീപം വീണു. മിക്കവാറും ജാഗ്രത്തായ അതേ നിമിഷത്തിൽത്തന്നെ അദ്ദേഹത്തിന്റെ മനസ്സിൽക്കൂടി ഒരു ഉഗ്രൻ ആശയം കടന്നുപോയി.

ആപ്പിളിനെ ആകർഷിക്കുന്നതുപോലെ ഭൂമി ചന്ദ്രനെയും ആകർഷിക്കുന്നില്ലേ? ന്യൂട്ടൻ സ്വയം ചോദ്യംചെയ്തു. അങ്ങനെയെങ്കിൽ ചന്ദ്രൻ എന്തുകൊണ്ട് ഭൂമിയിൽ പതിക്കുന്നില്ല?

കുറെ ദിവസങ്ങളുടെ ചിന്ത ഒരുത്തരവും ന്യൂട്ടനു നല്കിയില്ല. പിന്നെ ഒരു ദിവസം രാത്രിയിൽ പെട്ടെന്നാണ് ഉത്തരം ലഭിച്ചത്. വളരെ ലളിതവും വിശ്വസിക്കാവുന്നതുമായ ഒരുത്തരം. ഓരോ നിമിഷത്തിലും ചന്ദ്രൻ ഭൂമിയിലേക്ക് പതിച്ചുകൊണ്ടിരിക്കുകയാണെന്നുള്ളത് വാസ്തവമാണെങ്കിലും അത് ഭൂമിയിൽനിന്നും ഒരുനിശ്ചിത അകലം പാലിക്കുന്നുമുണ്ട്.

ഭൂഗുരുത്വം ലംബതലത്തിൽ (vertical) ചന്ദ്രനെ വലിച്ചടുപ്പിക്കുന്നുണ്ടെങ്കിലും തിരശ്ചീനതലത്തിൽ (horizontal) കൂടുതൽ ശക്തിയോടെ ചന്ദ്രനെ സൂര്യനിലേക്കാകർഷിക്കുന്നതുകൊണ്ടാണ് ചന്ദ്രൻ ഭൂമിയിൽ പതിക്കാത്തതെന്നും തത്ഫലമായുണ്ടാകുന്ന ഗുരുത്വാകർഷണം വക്രാകൃതിയിലുള്ള ഭൂമിയുടെ ചുറ്റിലുമായി അണ്ഡാകാരപഥത്തിൽക്കൂടി

ഗുരുത്വാകർഷണ ബലത്തിന്റെ കണ്ടുപിടുത്തത്തിന് കാരണമായ ആപ്പിൾ പതനം ന്യൂട്ടൻ വീക്ഷിക്കുന്നു ചിത്രകാരന്റെ ഭാവനയിൽ

ചന്ദ്രനെ വലം വയ്ക്കുന്നു എന്ന നിഗമനത്തിലെത്തി.

പിന്നീടദ്ദേഹം ഭൂമിക്ക് ചന്ദ്രനുമേലുള്ള ഗുരുത്വാകർഷണബലം എത്രയുണ്ടെന്നു കണക്കാക്കാൻ, ഒരാപ്പിളിനുമേൽ ഭൂമി എത്രമാത്രം ഗുരുത്വാകർഷണം ഏല്പിക്കുന്നു എന്നതുമായി താരതമ്യം ചെയ്തു. അദ്ദേഹത്തിനാവശ്യം ചന്ദ്രനെപ്പോലെ അത്രയും അകലെയുള്ള ഒരു വസ്തു ഭൂഗുരുത്വംമൂലം ഒരു സെക്കന്റിൽ എത്രദൂരം പതിക്കും എന്നതായിരുന്നു. ചന്ദ്രന്റെ കേന്ദ്രത്തിൽനിന്നും ഭൂമിയുടെ കേന്ദ്രത്തിലേക്കുള്ള ദൂരം ഏകദേശം ഭൂമിയുടെ വ്യാസാർദ്ധത്തിന്റെ അറുപതിരട്ടിയാണ്.

ന്യൂട്ടൻ, കെപ്ലറുടെ ഗ്രഹങ്ങളുടെ ചലനത്തെപ്പറ്റിയുള്ള മൂന്നാം നിയമം (Kepler's Third law of planetary motion)ഉപയോഗപ്പെടുത്തി

ഇൻവേഴ്സ് സ്ക്വയർ ലോ (inverse square law) കണ്ടുപിടിച്ചു. അങ്ങനെ സ്ക്വയർ ലോയിലൂടെ അനുമാനങ്ങളിലെത്തുകയും ചന്ദ്രന്റെ കൃത്യമായ ഭ്രമണപഥം തിട്ടപ്പെടുത്തുകയും ചെയ്തു.

ആപ്പിൾ എത്രദൂരം ഒരു സെക്കന്റിൽ വീണു എന്ന സംഖ്യ മനസ്സിലാക്കി, ചന്ദ്രൻ ഒരു സെക്കന്റിൽ പതിക്കുന്ന ദൂരം കണ്ടുപിടിച്ചു. ഭൂമിയിൽനിന്നും ചന്ദ്രനിലേക്കുള്ള ദൂരം അറിയാമായിരുന്നു. ഈ ദൂരം വ്യാസാർത്ഥമാക്കി ഭൂമിക്കു ചുറ്റും ചന്ദ്രൻ സഞ്ചരിക്കുന്ന ഭീമാകാരമായ വൃത്തത്തിന്റെ ദൈർഘ്യം (ചുറ്റളവ്) കണക്കാക്കി. കൂടാതെ ഭൂമിയെ ഒന്നു വലംവയ്ക്കാൻ ചന്ദ്രന് 271/3 ദിവസങ്ങൾ വേണമെന്നും അറിയാമായിരുന്നു. ഇതിൽനിന്നും ചന്ദ്രൻ അതിന്റെ ഭ്രമണപഥത്തിൽ എത്ര അടി സഞ്ചരിക്കുന്നു എന്നും കണക്കാക്കാൻ അദ്ദേഹത്തിനു സാധിച്ചു. അവസാനം എല്ലാ സംഖ്യകളുടെയും അടിസ്ഥാനത്തിൽ ഒരു സ്കെയിൽ ഡയഗ്രം വരച്ച് ഒരു സെക്കന്റിൽ ചന്ദ്രൻ തിരശ്ചീനമായി ഭൂമിക്കു നേരെ പതിക്കുന്ന കൃത്യമായ ദൂരം കണ്ടുപിടിച്ചു. ഈ കണ്ടുപിടിത്തം അദ്ദേഹം 16 വർഷം ഗോപ്യമായി വച്ചു. കാരണം ഭൂമിയുടെ വ്യാസാർത്ഥം കൃത്യമായിട്ടുള്ളതായിരുന്നില്ല. തന്റെ സ്കെയിൽ ഡയഗ്രം കൊണ്ട് അദ്ദേഹം കണക്കാക്കിയ ദൂരം—ഒരു സെക്കന്റിൽ ചന്ദ്രൻ പതിക്കുന്ന ദൂരം 14/3600 അടി ആയിരുന്നു. പിന്നീട് സങ്കലന(computation)ത്തിൽക്കൂടി ഭൂമിയുടെ വ്യാസാർത്ഥം കൃത്യമായി കണ്ടെത്തിയപ്പോൾ സെക്കന്റിൽ ചന്ദ്രന്റെ ഭൂമിയിലേക്കുള്ള പതനം 16/3600 അടി ആയി. അല്പം വ്യത്യാസം ന്യൂട്ടന്റെ കണക്കാക്കലിൽ സംഭവിച്ചെങ്കിലും സിദ്ധാന്തപരമായി ശരിയായ ഉത്തരത്തിനോട് വളരെ അടുത്തതായിരുന്നു. എന്നിരുന്നാലും, തന്റെ റിസൽറ്റുകളിൽ നേരിയ വ്യത്യാസം ഉണ്ടായെങ്കിലും 24 വയസ്സുള്ള ന്യൂട്ടൻ വളരെയധികം ഹർഷപുളകിതനായി.

1665 ൽ വൂൾസ്തോർപ്പിൽ കണ്ടുപിടിച്ചത് സാർവ്വത്രിക ഗുരുത്വാകർഷണ നിയമമായിരുന്നു എന്ന് ന്യൂട്ടന് മനസ്സിലായിരുന്നില്ല. വാസ്തവത്തിൽ ഡെസ്ക്കാർട്ടസിന്റെ പ്രപഞ്ചത്തെപ്പറ്റിയുള്ള പൊതുധാരണ കർക്കശമായ ഗണിതരൂപത്തിലാക്കുകയാണ് ന്യൂട്ടൻ ചെയ്തത്. ഭൗതികലോകത്തിന്റെ ആദ്യ ആധുനികസംശ്ലേഷണം യന്ത്രവല്കൃതകാഴ്ചപ്പാടിൽ സൂക്ഷ്മമായതും ഭീമാകാരമായതുമായ ജ്യോതിർഗോളങ്ങൾവരെ ഒരേ കേവലഭാവത്തിലുള്ള സംഖ്യാഗണന ശാസ്ത്രപ്രകാരമാണ് ചലിക്കുന്നത്.

5

പ്രകാശപ്രപഞ്ചം

കാല്ക്കുലസ് നിർമ്മാണവും സാർവ്വത്രിക ഗുരുത്വാകർഷണ നിയമങ്ങളും മാത്രമായിരുന്നില്ല ന്യൂട്ടന്റെ പതിനേഴു മാസത്തെ വൂൾസ്തോർപ്പ് ജീവിതംകൊണ്ട് ലോകത്തിനു സമ്മാനിച്ചത്. പ്രകാശവും അതിന്റെ ഗുണങ്ങളും നിറങ്ങളും പഠനവിധേയമാക്കി. ഇതേപ്പറ്റിയുള്ള അന്തർദർശനങ്ങളാണ് പ്രകാശസിദ്ധാന്തമായി ന്യൂട്ടൻ തന്റെ പുസ്തമായ *ഓപ്റ്റിക്സിൽ* വിശദീകരിച്ചത്. ഇതിനായി ചെയ്ത പരീക്ഷണങ്ങളും ഗവേഷണങ്ങളുമാണ് അദ്ദേഹത്തെ അതിന് പ്രാപ്തനാക്കിയത്.

നേരത്തെ ട്രിനിറ്റികോളേജിലായിരുന്നപ്പോൾ ഒരു ത്രികോണ പ്രിസത്തിൽക്കൂടി ധവളപ്രകാശത്തെ കടത്തിവിടുകയും പ്രിസത്തിന്റെ മറുവശത്തുകൂടി മഴവില്ലിന്റെ നിറങ്ങളെപ്പോലെ ഒരു കൂട്ടം വർണ്ണരാജി കടന്നുവരുന്നതും സ്ഥാപിച്ചിരുന്നു. പ്രകാശത്തെപ്പറ്റി നേരത്തെയുണ്ടായിരുന്ന ധാരണ, പ്രകാശം ഒരു ഏകാത്മകപ്രതിഭാസം എന്നായിരുന്നു. വൂൾസ്തോർപ്പിൽ വച്ച് ഒരിരുട്ടുമുറിയിൽ പരീക്ഷണങ്ങൾ ആവർത്തിച്ചപ്പോൾ മഴവില്ലിലെ അതേ നിറങ്ങൾതന്നെയാണ് പ്രിസത്തിൽകൂടി കടന്നുവരുന്നതെന്ന് സ്ഥിരീകരിച്ചു. ഇങ്ങനെ കടന്നുവരുന്ന പ്രകാശസ്പെക്ട്രത്തിലെ വയലറ്റ് നിറം കൂടുതൽ ചായുന്നെന്നും, ചെമപ്പിന്റെ ചായ്‌വ് വളരെ കുറവാണെന്നും, ഇടയ്ക്കുള്ള അഞ്ചു നിറങ്ങളും ഒരുപോലെയല്ല പുറത്തു വരുന്നതെന്നും അദ്ദേഹം തെളിയിച്ചു. പ്രകാശം സൂക്ഷ്മ കണികകളാണെന്നു ധരിച്ച ന്യൂട്ടൻ അവയെ കോർപ്പസിൽസ് എന്നു വിളിച്ചു.

വർണ്ണരാജിയുടെ ആകൃതി മനസ്സിലാക്കാൻ അദ്ദേഹം പരീക്ഷണങ്ങൾ തുടർന്നു. ഇതിനായി ആദ്യത്തെ പ്രിസത്തിനു സമീപം മറ്റൊരു പ്രിസം തലകീഴായി വച്ച് പ്രകാശം കടത്തിവിട്ടു. അത്ഭുതമെന്നുപറയട്ടെ

മഴവില്ലിലെ നിറങ്ങളല്ല, പ്രത്യുത ധവളപ്രകാശംതന്നെ പുറത്തുവന്നു.

അടുത്ത യത്നം വർണ്ണരാജിയിലെ ഒരു നിറത്തെ വേർപെടുത്താനായിരുന്നു. മറ്റൊരു പ്രിസം വച്ച് പ്രകാശസ്പെക്ട്രത്തെ കടത്തിവിട്ടപ്പോൾ ന്യൂട്ടനു തെറ്റിയില്ല. അനുമാനം വളരെ തെളിഞ്ഞതു തന്നെയായിരുന്നു. അതായത് പ്രകാശം ഏകാത്മകമല്ലെന്നും ഭിന്നാത്മകമാണെന്നും, വർണ്ണങ്ങളുണ്ടാകുന്നത് ഈ ഭിന്നാത്മകമിശ്രിതം വിഘടിച്ച് ഘടകങ്ങളാകുന്നതുകൊണ്ടാണെന്നുമായിരുന്നു അനുമാനം. അതുകൊണ്ട് ഈ അതിസൂക്ഷ്മകണികകളെ അദ്ദേഹം കോർപ്പസിൽസ് എന്നു വിളിച്ചു. ഈ പരീക്ഷണങ്ങളൊക്കെ മറ്റാരും കൈവയ്ക്കാത്ത ക്ഷേത്രമായിരുന്നു. ഇങ്ങനെയാണ് സ്പെക്ട്രം അനാലിസിസിന്റെ അടിസ്ഥാനം ഇട്ടത്. ഇതേപ്പറ്റി ന്യൂട്ടന് ഒരു ഊഹവും ഇല്ലായിരുന്നു. ഇന്ന് കെമിസ്ട്രി, ഫിസിക്സ്, വാനശാസ്ത്രം എല്ലാം വികസിച്ചത് ന്യൂട്ടന്റെ സ്പെക്ട്രം അനാലിസിസിൽ കൂടിയാണ്.

പരീക്ഷണങ്ങളിൽ മുഴുകിയിരുന്ന ന്യൂട്ടൻ ദിവസങ്ങളും മാസങ്ങളും കടന്നുപോയതറിഞ്ഞില്ല. കുറഞ്ഞോരു സമയം (17 മാസം) കൊണ്ട് ന്യൂട്ടൻ നേട്ടങ്ങളുടെ ഒരു യുഗം സൃഷ്ടിക്കുമെന്ന് ആരും വിശ്വസിച്ചില്ല. ആരെയും വിശ്വസിപ്പിക്കാൻ അദ്ദേഹം ശ്രമിച്ചതുമില്ല. വിഭിന്നങ്ങളായ ശാസ്ത്രീയ പ്രതിഭാസങ്ങൾ, പ്രകാശം, നിറം, ഗുരുത്വാകർഷണം, ചലനനിയമങ്ങൾ, കാല്ക്കുലസ് എന്നീ മേഖലകളിൽ വളരെ ചെറുപ്പത്തിൽ തന്നെ ശാസ്ത്രീയ ആശയങ്ങൾ അദ്ദേഹത്തിന്റെ ചിന്തകളിൽ സ്ഥലം പിടിച്ചു. യുവ മനസ്സുകളിൽ ഇത്തരം ചിന്തകൾ ഉണ്ടാകുന്നത് ആദ്യമല്ല. ഐൻസ്റ്റീൻ തന്റെ 26-ാംമത്തെ വയസ്സിലാണ് ആപേക്ഷികാസിദ്ധാന്തം (Theory of relativity)കണ്ടുപിടിച്ചത്. ഫാരഡെ തന്റെ ഇരുപതുകളിലാണ് വൈദ്യുതപ്രവാഹം ലോകത്തിനു കാട്ടിക്കൊടുത്തത്. സംഭാവ്യതാ സാദ്ധ്യതാ സിദ്ധാന്തം (Probability Theory) കണ്ടുപിടിച്ചപ്പോൾ പാസ്കലിന് ഇരുപത് വയസ്സ് പോലും തികഞ്ഞിട്ടില്ലായിരുന്നു.

1667 ൽ ലണ്ടനിൽ പൂർണ്ണമായും പ്ലേഗു ബാധ വിട്ടൊഴിഞ്ഞപ്പോൾ ന്യൂട്ടൻ ഉടനെതന്നെ കേംബ്രിഡ്ജിലേക്കു പോയി. അദ്ദേഹത്തിന് ട്രിനിറ്റികോളേജിൽ ഫെലോഷിപ്പിനുള്ള സിലക്ഷനും കിട്ടി. അഭ്യുദയകാംക്ഷിയായ പ്രൊഫസർ ബാരോ ന്യൂട്ടന്റെ പേര് ശക്തമായിത്തന്നെ ശുപാർശ ചെയ്തിരുന്നു.

കേംബ്രിഡ്ജിലെത്തിയ യുവഗണിതജ്ഞൻ 'On Analysis of Equations With an Infinite Number of Terms' എന്ന ഗണിതസംബന്ധിയായ ഒരു ബുക്കിന്റെ തയാറെടുപ്പിലായി.

ലജ്ജാശീലനും അഹങ്കാരലേശമില്ലാത്തയാളുമായ ന്യൂട്ടൻ തന്റെ പ്രബന്ധം പ്രൊ. ബാരോയ്ക്കാണ് സമർപ്പിച്ചത്. അദ്ദേഹം വായിക്കുന്തോറും കൂടുതൽ കൂടുതൽ അത്ഭുതപ്പെട്ടു. അതൊരു അസാധാരണമായ മൗലികത്വം അവകാശപ്പെടാവുന്ന പേപ്പർ (പ്രബന്ധം) ആണെന്ന് അദ്ദേഹത്തിനു മനസ്സിലായി. ഈ പേപ്പർ കാല്ക്കുലസ് വികസിപ്പിച്ചെ

ടുക്കാനുള്ള ആദ്യപടിയായിരുന്നു എന്നതാണ് വാസ്തവം.

ഒരു ലണ്ടൻ ജേർണലിൽ ഈ പേപ്പർ പ്രസിദ്ധീകരിക്കാൻ ബാരോ ആവശ്യപ്പെട്ടപ്പോൾ ന്യൂട്ടൻ സമ്മതിച്ചത് തന്റെ പേര് പ്രസിദ്ധീകരിക്കരുതെന്നുള്ള ഉപാധിയോടെയായിരുന്നു. ഇങ്ങനെയുള്ള ധാരാളം കൈയെഴുത്തുപ്രതികൾ ന്യൂട്ടന്റെ ഉറ്റസുഹൃത്തുക്കൾ കൈക്കലാക്കിയിരുന്നു.

ജേർണലിന്റെ പ്രസാധകൻ ജോൺ കോളിൻസ്, ഇത്ര ദൂരവ്യാപകമായ പ്രാധാന്യമുള്ള പേപ്പറിന്റെ ശില്പിയുടെ പേര് വയ്ക്കണമെന്നു ശഠിച്ചപ്പോൾ മാത്രമാണ്, തന്റെ പേര് പ്രസിദ്ധീകരിക്കാൻ നിർബ്ബന്ധിതനായത്.

ഗണിതത്തിൽ ഒരസാധാരണ സിദ്ധാന്തം കണ്ടുപിടിച്ച ന്യൂട്ടനെപ്പറ്റി വാർത്ത ഇംഗ്ലണ്ടിലും യൂറോപ്പിലും ഉള്ള സമർത്ഥരായ ഗണിതകാരന്മാർ അറിഞ്ഞിരുന്നു. ലോകത്തിലെതന്നെ ഏറ്റവും മുന്തിയ ദാർശനികനും ഗണിതതന്ത്രജ്ഞനുമായ ലീബ്നിട്സ്പോലും വക്രതലങ്ങളുടെ വിസ്തീർണ്ണം കണ്ടുപിടിക്കുന്നതിന് ന്യൂട്ടൻ സ്വീകരിച്ച മാർഗ്ഗം എന്താണെന്നറിയാൻ വളരെ ജിജ്ഞാസു ആയിരുന്നു.

ഈ സമയം വാർഷിക വേതനത്തെച്ചൊല്ലി വിദഗ്ദ്ധർക്കിടയിലുണ്ടായ ചിന്താക്കുഴപ്പങ്ങൾക്ക് കോളിൻസ്, ന്യൂട്ടന്റെ സഹായം തേടുകയും ചെയ്തു. വളരെ വർദ്ധിച്ച സന്തോഷത്തോടെ നിമിഷങ്ങൾക്കുള്ളിൽ പ്രശ്നങ്ങൾ പരിഹരിച്ചു.

അപവർത്തന (refraction) ത്തെ ആസ്പദമാക്കി നിലവിലിരുന്ന റിഫ്രാക്റ്റിങ് ടെലസ്കോപ്പിന്റെ സ്ഥാനത്ത് ന്യൂട്ടൻ തന്റേതായ പ്രതിഫലന (reflecting) ടെലസ്കോപ്പ് (ദൂരദർശിനി) നിർമ്മിച്ചു.

കുറച്ചു ദശവർഷങ്ങൾക്കുമുമ്പ് 1609 ൽ ഒരു ഡച്ച് കണ്ണട നിർമ്മാതാവ് ദൂരദർശിനി കണ്ടുപിടിച്ചിരുന്നു. അദ്ദേഹത്തിന്റെ പേര് ഹാൻസ് ലിപ്പർഷെ (Hans Lippershey) എന്നായിരുന്നു. യാദൃച്ഛികമായിട്ടായിരുന്നു കണ്ടുപിടിത്തം. അതിനുശേഷം ഹാൻസിന്റെ കണ്ടുപിടിത്തത്തിൽ നിന്നും പ്രചോദനം ഉൾക്കൊണ്ട് ഇറ്റാലിയൻ ജ്യോതിശാസ്ത്രജ്ഞനായിരുന്ന ഗലീലിയോ ഗലീലി ഒരു ദൂരദർശിനി നിർമ്മിച്ചു. ഈ ശക്തമായ ടെലസ്കോപ്പ് ഉപയോഗിച്ച് ആദ്യമായി ആകാശഗോളങ്ങളെ കണ്ടു. അതിനു മുമ്പ് ആരുംതന്നെ ആകാശഗോളങ്ങളെ കണ്ടിട്ടില്ലായിരുന്നു. ഗലീലിയോ അങ്ങനെ ആളുകളുടെ അബദ്ധജഡിലമായ വിശ്വാസങ്ങളെ കടപുഴക്കിയെറിഞ്ഞു.

ഗലീലിയോയ്ക്കു ശേഷം ജോഹനാസ് കെപ്ലർ ദൂരദർശിനിയെ വീണ്ടും പരിഷ്കരിച്ചു. പക്ഷേ, അദ്ദേഹം നിർമ്മിക്കാൻ ഉപയോഗിച്ച ലെൻസുകൾക്ക് സ്ഫെറിക്കൽ അബറേഷൻ ഉണ്ടായിരുന്നതിനാൽ പ്രതിബിംബങ്ങൾക്ക് വ്യക്തതയില്ലായിരുന്നു. കൂടാതെ ക്രൊമാറ്റിക് അബറേഷൻ (നിറം കലർന്നതാകുക) എന്ന ന്യൂനതയും ഉണ്ടായിരുന്നു.

1637 ൽ ഫ്രഞ്ച് ശാസ്ത്രജ്ഞനായ ഡെസ്കാർട്ടസ് ദൂരദർശിനിയുടെ ന്യൂനതകൾ പരിഹരിക്കാൻ പരിശോധനകൾ നടത്തി. ഡെസ്കാർ

ട്ടസിന്റെ രണ്ടുപരിഹാരമാർഗ്ഗങ്ങളും ഫലവത്തായില്ല. അക്കാലത്തെ എല്ലാ ശാസ്ത്രജ്ഞന്മാരിലും ന്യൂട്ടനു മാത്രമേ കളർ ഫ്രിന്ജി (പ്രതിബിംബങ്ങളുടെ അരികുകൾ നിറമുള്ളതായി കാണുക)ന്റെ യഥാർത്ഥ കാരണം അറിയാമായിരുന്നുള്ളൂ. അങ്ങനെ എല്ലാ ന്യൂനതകളും പരിഹരിച്ച് അദ്ദേഹം നിർമ്മിച്ച പ്രതിഫലന ദൂരദർശിനിക്ക് (Reflactor Telescope) ചെറുതായിരുന്നെങ്കിലും പ്രതിബിംബത്തിന് നാല്പതിരട്ടി വലുപ്പമുണ്ടാക്കാൻ കഴിയുമായിരുന്നു. കൂടാതെ സുഖകരമായ ഒരു നിരീക്ഷണഭാഗവും ഉണ്ടായിരുന്നു. ഇതിൽക്കൂടി വീനസിന്റെ കൊമ്പുകളെയും ജൂപ്പിറ്ററിന്റെ ചന്ദ്രന്മാരെയും വ്യക്തമായി കാണാമായിരുന്നു. ഇതും കുറ്റമറ്റതായിരുന്നില്ലെങ്കിലും ഈ ചെറിയ റിഫ്ളക്ടർ ടെലസ്കോപ്പിന്റെ തത്ത്വം തന്നെയാണ് ഇന്നും ലോകത്തിലെ വൻ ഒബ്സർവേറ്ററികളിൽ ഉപയോഗിക്കുന്നത്.

ഇതേസമയംതന്നെ 1669 ഒക്ടോബർ 29-ാം തീയതി, പ്രൊഫ. ബാരോ വഹിച്ചിരുന്ന ഗണിതത്തിലെ, ലൂക്കേഷ്യൻ പ്രൊഫസറായി ന്യൂട്ടൻ നിയമിതനായി. പ്രൊഫ. ബാരോയുടെ ശുപാർശയാണ് അദ്ദേഹത്തിന്റെ പിൻഗാമിയായി ന്യൂട്ടൻ നിയമിക്കപ്പെടാൻ കാരണമായത്. ന്യൂട്ടൻ ട്രിനിറ്റി കോളേജിൽ എട്ടുവർഷം മാത്രമെ ഉണ്ടായിരുന്നുള്ളൂ. എങ്കിലും; കൂടാതെ പ്രായവും ഇരുപത്തേഴു മാത്രമായിരുന്നെങ്കിലും യൂറോപ്പിലെ ഏറ്റവും പ്രമുഖനായ ഗണിതശാസ്ത്രജ്ഞനായി ഉയർത്തപ്പെട്ടു.

ലൂക്കേഷ്യൻ പ്രൊഫസർ പദവി ന്യൂട്ടന് പൂർണ്ണമായും യോജിക്കുന്നതായിരുന്നു. ആഴ്ചയിൽ ഒരു ക്ലാസ് മാത്രം. ബാക്കിസമയം മുഴുവനും ഗവേഷണത്തിനും പരീക്ഷണങ്ങൾക്കുമായി മാറ്റിവയ്ക്കാൻ കഴിഞ്ഞു. കൂടാതെ ഒരു വർഷത്തേയ്ക്ക് 200 പൗണ്ട് ശമ്പളം, അക്കാലത്ത് അദ്ദേഹത്തിന്റെ എല്ലാ ആവശ്യങ്ങൾക്കും മതിയാകുന്നതായിരുന്നു.

ലൂക്കേഷ്യൻ പ്രൊഫസറായി അദ്ദേഹം ആദ്യം പഠിപ്പിച്ചത് ഓപ്റ്റിക്സ് (പ്രകാശശാസ്ത്രം) ആയിരുന്നു.

ഇടത്തരം പൊക്കം, ദൃഢകായൻ, ഉയർന്നതും പിന്നിലേക്കു ചരിഞ്ഞതുമായ നെറ്റി, ഉയർന്ന നാസിക, ചതുര താടി, പിംഗല കണ്ണുകൾ ഇവയായിരുന്നു ന്യൂട്ടന്റെ ആകാരസവിശേഷതകൾ. താഴ്ന്ന സ്വരത്തിൽ അംഗവിക്ഷേപങ്ങളോ വികാരമോ ഇല്ലാത്ത ഒരു പ്രകടനമായിരുന്നു ന്യൂട്ടന്റെ അദ്ധ്യാപനം. കൂടാതെ കുട്ടികൾക്ക് മനസ്സിലാക്കാൻ വളരെ പ്രയാസകരവുമായിരുന്നു. അതുകൊണ്ടുതന്നെ കുട്ടികളാരും ക്ലാസിനെത്തിയില്ലെങ്കിലും അദ്ദേഹം ഒരിക്കലും വിഷണ്ണനായില്ല. പ്രത്യുത നേരെ ലാബിൽ ചെന്ന് അദ്ദേഹത്തിന്റെ ഗവേഷണജോലികളിൽ വ്യാപൃതനാകുകയായിരുന്നു പതിവ്.

കൂട്ടുകാരുടെ നിരന്തരമായ നിർബ്ബന്ധത്തെ മാനിച്ച് തന്റെ റിഫ്ളക്റ്റിങ് ടെലസ്കോപ്പ് ലണ്ടനിലെ റോയൽസൊസൈറ്റിയിൽ അയച്ചു. ചാൾസ് രണ്ടാമൻ രാജാവ് വളരെ ആവേശഭരിതനായി, ടെലസ്കോപ്പ്

പരിശോധിക്കുകയും ന്യൂട്ടനെ വളരെ പ്രശംസിക്കുകയും ചെയ്തു.

ന്യൂട്ടന്റെ ടെലസ്കോപ്പുകണ്ട് മതിപ്പുതോന്നിയ സൊസൈറ്റി 1672 ജനുവരി 11-ാം തീയതി ന്യൂട്ടനെ 'ഫെലോ ഓഫ് ദ സൊസൈറ്റി' ആയി തെരഞ്ഞെടുക്കുകയും ചെയ്തു. അദ്ദേഹത്തിന് ആദ്യമായി കിട്ടിയ ബഹുമതിയായിരുന്നു ഇത്.

റോയൽ സൊസൈറ്റിയുടെ കർക്കശനായ വിചാരിപ്പുകാരനായിരുന്ന റോബർട്ട് ഹുക്ക്, 1664 ൽ ടെലസ്കോപ്പ് മറ്റേതൊന്നിനേക്കാളും മെച്ചപ്പെട്ടതായിരുന്നു എന്ന അവകാശവാദവുമായി വന്ന് ന്യൂട്ടനെ കൊച്ചാക്കാൻ ശ്രമിച്ചു. ന്യൂട്ടന്റെ ജീവിതത്തിൽ ഹുക്ക് ഒരു സ്ഥിരം ശല്യക്കാരനായിരുന്നു എന്നിരുന്നാലും തന്നോടു ഹുക്കിനുള്ള അസൂയ ന്യൂട്ടൻ സൂചിപ്പിച്ചിട്ടില്ലായിരുന്നു. റോയൽസൊസൈറ്റി ന്യൂട്ടനു നല്കിയ പദവിയിൽ സന്തുഷ്ടനായിട്ട്, പ്രകാശത്തെയും വർണ്ണത്തെയും പറ്റിയുള്ള തന്റെ സിദ്ധാന്തങ്ങൾ സൊസൈറ്റിയുടെ ജേർണലിൽ പ്രസിദ്ധീകരിക്കാൻ അദ്ദേഹം തീരുമാനിച്ചു.

1672 ആരംഭത്തിൽ തന്നെ സൊസൈറ്റിയുടെ ഔദ്യോഗികഭാഗമായ ഫിലോസഫിക്കൽ ട്രാൻസാക്ഷൻസിൽ ധവളപ്രകാശത്തിന്റെ ഘടന (The Composition of White Light) എന്ന പേരിൽ അദ്ദേഹത്തിന്റെ ഒരു പേപ്പർ പ്രസിദ്ധീകൃതമായി.

ഇത് പെട്ടെന്നു തന്നെ ബ്രിട്ടനിലെയും യൂറോപ്പിലെയും ശാസ്ത്രജ്ഞന്മാരുടെ ശ്രദ്ധ ആകർഷിച്ചു. പ്രതികരണം സമ്പൂർണ്ണ അവിശ്വാസവും.

കാരണം അന്നു നിലവിലിരുന്ന തരംഗസിദ്ധാന്താനുകൂലികൾ ന്യൂട്ടനെ പരിഹസിക്കുന്നതിൽ മുന്നിലായിരുന്നു. കൂടാതെ ഡച്ച് ശാസ്ത്രജ്ഞനായ ക്രിസ്റ്റ്യൻ ഹൈഗീൻസ് ഫ്രഞ്ച് ഊർജ്ജതന്ത്രജ്ഞൻ ലിനസ്, ഇംഗ്ലണ്ടിലെ തന്റെ പ്രതിയോഗിയായ ഹുക്ക് തുടങ്ങിയവരും ന്യൂട്ടന്റെ കണികാ സിദ്ധാന്തത്തെ നിശിതമായി എതിർത്തു.

ആദ്യമൊക്കെ ന്യൂട്ടൻ തന്റെമേൽ കെട്ടിവച്ച ആക്ഷേപങ്ങൾ സഹിച്ചെങ്കിലും പെട്ടെന്ന് ക്ഷമ നശിച്ചു. അതിനെല്ലാം വിശദമായ മറുപടികൾ നല്കിയെങ്കിലും പ്രതികരണം മോശമായിരുന്നു. മേലിൽ ഒന്നും തന്നെ പ്രസിദ്ധീകരിക്കുന്നില്ലെന്ന് അദ്ദേഹം ശപഥം ചെയ്തു. മുറിവേറ്റ സിംഹം അതിന്റെ മാളത്തിലേക്കു ഒതുങ്ങുന്നതുപോലെ അദ്ദേഹം പിൻവലിഞ്ഞു. എന്നാൽ വിവാദം കെട്ടടങ്ങിയില്ല. ന്യൂട്ടന്റെ സിദ്ധാന്തങ്ങളെപ്പറ്റി ഹുക്ക് ഒരു ആർട്ടിക്കിളിൽക്കൂടി ഉഗ്രമായ വിമർശനം നടത്തുകയും ന്യൂട്ടന്റെ ആശയങ്ങൾ ഹുക്കിന്റേതാണെന്ന് കൗശലപൂർവ്വം സമർത്ഥിക്കുകയും ചെയ്തിരുന്നു.

ഹുക്ക് ഈ സമയം ഇംഗ്ലണ്ടിലെ ശാസ്ത്രവൃത്തങ്ങളിൽ അറിയപ്പെടുന്ന ഒരു മുഖമായിരുന്നു. ഇന്നദ്ദേഹം സ്മരിക്കപ്പെടുന്നത് അദ്ദേഹത്തിന്റെ നിയമമായ 'hooke's law' യിൽ കൂടിയാണ്. കൂടാതെ ബയോളജിയിൽ സെൽ (കോശം) എന്ന പദം അദ്ദേഹമാണ് ആദ്യമായി നല്കി

യത്. കോർക്കിലെ അതിസൂക്ഷ്മങ്ങളായ അറകളെ അദ്ദേഹം തന്റെ മൈക്രോസ്കോപ്പിൽക്കൂടി നിരീക്ഷിച്ചാണ് ഈ പദം ഉണ്ടാക്കിയത്.

തന്റെ ആശയങ്ങൾ മോഷ്ടിച്ചെന്ന് കുറ്റമാരോപിച്ച ഹുക്കിന് ഉരുള യ്ക്കുപ്പേരി എന്ന വിധത്തിൽ ഓരോന്നായി ന്യൂട്ടൻ മറുപടി കൊടുത്തു.

എങ്കിലും ഈ മുഴുവൻ നാടകവും ന്യൂട്ടന് വളരെ തീവ്രവേദനയ്ക്കു കാരണമായി. അടുത്ത കുറെ വർഷങ്ങൾ പുറംലോകത്തെ മറന്ന് അദ്ദേഹം ജീവിച്ചു.

6

ദ പ്രിൻസിപിയ (The Principia)

മാനവ വിജ്ഞാനത്തിന്, ന്യൂട്ടന്റെ ഏറ്റവുമധികം താലോലിക്കപ്പെട്ട സംഭാവനയായ 'ദ പ്രിൻസിപിയ'യുടെ രചനയ്ക്കായി 1684 ആഗസ്ത് മുതൽ 1686 വസന്തംവരെയുള്ള അദ്ദേഹത്തിന്റെ സമ്പൂർണ്ണജീവിതവും ശ്രദ്ധയും കേന്ദ്രീകരിച്ചു.

ആ കാലയളവിൽ അദ്ദേഹത്തിന്റെ സെക്രട്ടറി ഒരു ഹംഫ്രി ന്യൂട്ടൻ ആയിരുന്നു. ഫംഫ്രി ന്യൂട്ടനെ അഞ്ചുവർഷക്കാലം സേവിച്ചു. ഒരിക്കൽ മാത്രമാണ് ന്യൂട്ടൻ ചിരിച്ചിട്ടുള്ളതെന്ന് പില്ക്കാലത്ത് അയാൾ പറഞ്ഞു. അതുപോലെ മിക്കവാറും ദിവസങ്ങളിൽ നിരാഹാരനായിത്തന്നെ ജോലിയിൽ മുഴുകി. ഒരു കസേര വലിച്ചിട്ട് ഇരിക്കാൻപോലും സമയം കളയാതെ നിന്നുകൊണ്ടുതന്നെ ഡസ്കിൽ വച്ചെഴുതുമായിരുന്നു.

'പ്രിൻസിപിയ' എഴുതുന്നതിനു മുന്നോടിയായി ഇരുപതു വർഷങ്ങൾ കൊണ്ടെഴുതിയ എല്ലാ ഗവേഷണപേപ്പറുകളും ശേഖരിച്ചു പുനർഗണനം, പുനരവലോകനം, ആവർത്തനം എല്ലാം നടത്തി. കൂടുതലായി പുതിയ ഡേറ്റകളും കിട്ടി– പ്രത്യേകിച്ചും യഥാർത്ഥ നിരീക്ഷണഫലമായിക്കിട്ടിയ ജ്യോതിശാസ്ത്രരേഖകൾ.

ന്യൂട്ടനെ സംബന്ധിച്ചിടത്തോളം, തന്റെ എല്ലാ അറിവുകളും പ്രാപഞ്ചികലോകത്തെപ്പറ്റിയുള്ള ചിന്തകളും അടങ്ങിയ മഹത്തായ കൃതി (മാഗ്നം ഓപസ്) യായിരുന്നു പ്രിൻസിപിയ. അടിസ്ഥാനപരമായി തന്റെ ബുക്ക് ബുദ്ധിമാന്മാർക്കു വേണ്ടിയുള്ളതായിരുന്നു. തന്റെ ആശയങ്ങൾ മനസ്സിലാക്കുകയും അവയെ ആസ്വദിക്കുകയും ചെയ്യുന്നവർക്ക്. ക്ലാസിക്കൽ ലാറ്റിൻ ഭാഷയിലാണ് എഴുതിയത്. ദുർഗ്രഹമായ തന്റെ ഗണിതങ്ങൾ ഒന്നുംതന്നെ ലളിതമാക്കാനോ എളുപ്പത്തിൽ മനസ്സിലാക്കാനുള്ള മാർഗ്ഗങ്ങൾക്കോ അദ്ദേഹം ശ്രമിച്ചില്ല.

പ്രിൻസിപിയ പ്രസിദ്ധീകരിക്കുവാൻ വളരെ തടസ്സങ്ങളുണ്ടായി. അപ്രതീക്ഷിതമായി റോയൽ സൊസൈറ്റി ബുക്കിന്റെ പ്രിന്റിങ്ങിനും വിതരണത്തിനും ഉള്ള ചെലവ് വഹിക്കാൻ പ്രയാസമാണെന്നു തീരുമാനിച്ചു. അവസാനം എഡ്മണ്ട് ഹാലിയുടെ അശ്രാന്തപരിശ്രമഫലമായി അദ്ദേഹത്തിന്റെ സ്വന്തം പണം ചെലവാക്കിയാണ് പുസ്തകം പ്രസിദ്ധീകരിച്ചത്. കേംബ്രിഡ്ജിൽ എപ്പോഴെങ്കിലും പ്രശ്നം ഉണ്ടായാൽ ഹാലി അവിടേയ്ക്ക് ഓടി എല്ലാം നയപരമായി പരിഹരിച്ച് ന്യൂട്ടനെ ഉത്സാഹിപ്പിച്ചിരുന്നു. ചില ആകാശപ്രതിഭാസങ്ങൾക്കുള്ള നിയമങ്ങൾ എങ്ങനെ കണ്ടെത്തി എന്നു ചോദിച്ചാൽ അദ്ദേഹത്തിന്റെ മറുപടി, “നിരന്തരമായി അവയെപ്പറ്റി ചിന്തിക്കുന്നതുമൂലം” എന്നായിരുന്നു.

പ്രിൻസിപിയയുടെ മുഴുവൻ പേര് “The Philosophiae Naturalis Prinicipia Mathematicia” എന്നാണ്. അവസാനം 1687 ൽ ഈ പുസ്തകം പ്രസിദ്ധീകരിച്ചു. ഇതിനു മൂന്നു വോള്യങ്ങളാണുള്ളത്. Book 1, Book II, Book III.

BooK 1 ൽ സിദ്ധാന്തപരമായി, നിബന്ധനകളായ ത്വരണം, പ്രതിരോധം, ഇവയില്ലാത്ത ചലിക്കുന്ന വസ്തുക്കളെപ്പറ്റിയുള്ള ബലതന്ത്രം അഥവ ചലനശാസ്ത്രം ആണ് പ്രതിപാദ്യം.

Book II –ഒരു ദ്രവമാധ്യമത്തിൽ തൂക്കിനിർത്തിയിരിക്കുന്ന ഖരവസ്തുക്കൾക്ക് നേരിടുന്ന ത്വരണത്തെയും പ്രതിരോധത്തെയും പറ്റിയുള്ള പ്രായോഗിക പ്രശ്നങ്ങൾ.

Book III – ന്യൂട്ടന്റെ മുഴുവൻ പ്രതിഭയും തെളിഞ്ഞു കാണുന്ന ഇതിൽ ജ്യോതിർഗോളങ്ങളെപ്പറ്റിയുള്ള കൃത്യമായ അളവു സംബന്ധിച്ച (quantitative) വിശദീകരണം അവതരിപ്പിക്കുന്ന ഇതിന്റെ വിശദീകരണം ന്യൂട്ടന്റെ മൂന്നു ചലനനിയമങ്ങളെ അടിസ്ഥാനമാക്കിയുള്ളതാണ്.

1-ാം ചലനനിയമം : - നിശ്ചാവസ്ഥയിലിരിക്കുന്ന ഒരു വസ്തുവോ നേർരേഖയിൽ ഒരേ വേഗതയിൽ സഞ്ചരിച്ചുകൊണ്ടിരിക്കുന്ന വസ്തുവോ ഒരു ബാഹ്യപ്രേരണ ഉണ്ടാകുന്നതുവരെ അതേ അവസ്ഥയിൽ തുടരും.

2-ാം ചലന നിയമം:- $F = Ma$

F = ബലം	F = Force
M = പിണ്ഡം	M = Mass @ accilerate
a = ത്വരണം	

3-ാം ചലനനിയമം:- ഓരോ പ്രവർത്തനത്തിനും തുല്യവും വിപരീതവുമായി പ്രതിപ്രവർത്തനമുണ്ട്.

ഗ്രഹങ്ങൾ, നക്ഷത്രങ്ങൾ തുടങ്ങി ഭീമാകാരങ്ങളായ വസ്തുക്കൾ ബാഹ്യാകാശത്തിൽ ഒരു പ്രതിരോധവും ഇല്ലാതെ ഒന്നുകിൽ നേർരേഖയിൽ അല്ലെങ്കിൽ വർത്തുളാകാരത്തിൽ എന്നേക്കും സഞ്ചരിച്ചുകൊണ്ടിരിക്കുന്നു എന്ന് അദ്ദേഹം ഖണ്ഡിതമായി പ്രഖ്യാപിച്ചു.

ഒന്നാം നിയമം ശാക്തീകരിച്ചുകൊണ്ടിരിക്കുമ്പോൾതന്നെ പിണ്ഡത്തെക്കുറിച്ചു ധാരണയുണ്ടായി. ന്യൂട്ടന്റെ കാഴ്ചപ്പാടിൽ എല്ലാ വസ്തു

ക്കൾക്കും പിണ്ഡ (mass)വും ജഡത്വ(inertia)വും ഉണ്ടെന്നു സ്ഥിരീകരിച്ചു.

രണ്ടാം നിയമത്തെ ഒരു ലളിതമായ സമീകരണത്തോടെ തെളിയിച്ചു. ie F = Ma [F = Force, M = Mass, a = accileration]

പ്രയോജനപ്രദമായ ഒരു ഭൗതികനിയമമായിട്ടാണ് ഈ നിയമം പ്രകീർത്തിക്കപ്പെടുന്നത്. ലളിതമെന്നു തോന്നുമെങ്കിലും ശക്തവും പരിഹരിക്കാൻ വളരെ പ്രയാസകരവുമായ ഒരു സമീകരണമാണിത്.

ഈ നിയമം വിശദീകരിക്കാൻ സെൻട്രിപീറ്റൽ ഫോഴ്സ് എന്ന പുതിയ ഫോഴ്സ് അവതരിപ്പിച്ചു. സെൻട്രിപീറ്റൽ എന്ന വാക്കുതന്നെ ന്യൂട്ടന്റേതാണ്. ഇതിന്റെ അർത്ഥം seeking the centre (കേന്ദ്രീകൃതം) ഈ വാക്കുണ്ടാക്കിയത് Hygenes ന്റെ Centrefugal Force ൽനിന്നും വേർതിരിച്ചറിയാനാണ്. Centre fugal ന്റെ അർത്ഥം free the centre (അപകേന്ദ്രം - കേന്ദ്രത്തിൽനിന്നും അകലുക)

മൂന്നാം ചലനനിയമമാണ് സാധാരണ നാം ഏറ്റവും കൂടുതലായി ഉദ്ധരിക്കുന്നത്. "ഓരോ പ്രവർത്തനത്തിനും തുല്യവും വിപരീതവുമായ പ്രതിപ്രവർത്തനമുണ്ട്. എല്ലാ ജ്യോതിർഗോളങ്ങളെയും സംബന്ധിച്ചും ഈ നിയമം ബാധകമാണ്."

ഈ നിയമത്തിൽ നിന്നുതന്നെ ഒരു കാര്യം വ്യക്തമാണ്. അതായത് ഗുരുത്വാകർഷണം പരസ്പരമായ (തമ്മിൽ തമ്മിൽ) ഒരു ബലമാണ്. രണ്ടു വസ്തുക്കൾ തമ്മിലുള്ള ആകർഷണം തുല്യവും എന്നാൽ ബലം പ്രവർത്തിക്കുന്നത് വിപരീതദിശകളിലും. ഉദാഹരണമായി ആപ്പിൾ ഭൂമിയുടെ ഉപരിതലത്തിലേക്ക് ആകർഷിക്കപ്പെടുന്നു. ഭൂമിയും ആപ്പിളിലേക്ക് ആകർഷിക്കപ്പെടുന്നു. ഇതുപോലെതന്നെയാണ് ഭൂമിയും ചന്ദ്രനും തമ്മിലും ഭൂമിയും സൂര്യനും തമ്മിലും ഓരോ വസ്തുവും ചെലുത്തുന്ന ഗുരുത്വാകർഷണത്തിന്റെ ശക്തി അതിന്റെ പിണ്ഡത്തിന് നേർ അനുപാതത്തിലായിരിക്കും.

ഗ്രഹങ്ങളുടെയും മറ്റു ജ്യോതിർഗോളങ്ങളുടെയും വർത്തുളചലനത്തിന്റെ പഠനം ന്യൂട്ടന്റെ സെൻട്രിപീറ്റൽ ഫോഴ്സുമായി ചേർന്നു പോകുന്നതായും തെളിഞ്ഞു.

കെപ്ലറുടെ മൂന്നാം നിയമത്തെ നിർവ്വചിച്ചപ്പോഴും ഗ്രഹങ്ങളുടെ സെൻട്രിപീറ്റൽ ആകർഷണമാണ് സൂര്യനെ കേന്ദ്രീകരിച്ച് അവയുടെ പഥമേഖലകളിൽക്കൂടി ചുറ്റാൻ കഴിയുന്നതെന്നും അതിനാൽ സൂര്യനിൽ നിന്നും ഗ്രഹത്തിന്റെ ദൂരത്തിന്റെ വർഗ്ഗം കുറയണമെന്നും അദ്ദേഹം കണ്ടുപിടിച്ചു. ഈ നിയമമാണ് ന്യൂട്ടന്റെ ലോ ഓഫ് യൂണിവേഴ്സൽ ഗ്രാവിറ്റേഷൻ എന്ന് അറിയപ്പെടുന്നത്. അതു തെളിയിക്കാൻ സമുദ്രവേലിയേറ്റങ്ങളും വാൽനക്ഷത്രങ്ങളുടെ പഥമേഖലകളും പഠനവിധേയമാക്കി. ചുരുക്കത്തിൽ പ്രപഞ്ചത്തിലെ ചെറുതും വലുതുമായ എല്ലാ വസ്തുക്കളും ഈ നിമയത്തെ അനുസരിക്കുന്നു.

പ്രിൻസിപിയയുടെ പ്രസിദ്ധീകരണശേഷം അത് മാനവിക കല്പ

നാശക്തിയുടെ ഏറ്റവും ശ്രേഷ്ഠമായ കൃതിയായി പ്രകീർത്തിക്കപ്പെട്ടു. അങ്ങനെ ന്യൂട്ടോണിയൻ യന്ത്രതന്ത്രം (machanics) എല്ലാ ഭൗതികശാസ്ത്രങ്ങളുടെയും അടിസ്ഥാനമായിത്തീർന്നു. കൂടാതെ ന്യൂട്ടോണിയൻ ഫിസിക്സ് ലളിതവല്ക്കരണത്തിന്റെയും നേട്ടമായിരുന്നു എന്നും പുകഴ്ത്തപ്പെട്ടു. അതായത് ഒരു സങ്കീർണ്ണമായ പ്രതിഭാസത്തെ പ്രത്യേകം പ്രത്യേകമായി അപഗ്രഥനം ചെയ്ത് ഏറ്റവും ലഘുതരവും മൗലികവുമായ ഭൗതിക മെക്കാനിസങ്ങൾ (യാന്ത്രികഘടനകൾ) ആക്കി ഫലം കണ്ടുപിടിക്കലാണ് ലളിതവല്ക്കരണം. നമ്മുടെ പ്രപഞ്ചം അത്തരം ഒരു പ്രതിഭാസമാണ്. ഇതാദ്യമായി വിശകലനംചെയ്തത് ന്യൂട്ടന്റെ laws of mechanics ആണ്.

ന്യൂട്ടന്റെ സ്മാരക സേവനത്തിനുള്ള പൂച്ചെണ്ട് ശാസ്ത്രജ്ഞന്മാർ, ദാർശനികർ, മറ്റു ചിന്തകന്മാർ തുടങ്ങിയവരിൽനിന്നും നേടി. പ്രശസ്ത ബ്രിട്ടീഷ് ദാർശനികൻ ജോൺ ലോക്ക് നിർലോപമായി ഇതിനെ പ്രശംസിച്ചു. ഫ്രഞ്ച് ചിന്തകൻ വോൾട്ടയർ ഇതിനെപ്പറ്റി ഒരു ഫ്രഞ്ച് പത്രത്തിൽ ഒരു വിശദീകരണംതന്നെ നല്കി. ന്യൂട്ടന്റെ മുൻകാലവിമർശകരായിരുന്ന Leibnitz, Huygenes മുതൽപേർ പറഞ്ഞത്, ഇത് മാനുഷിക മേധാശക്തിയുടെ ഉദാത്തമായ ഉദാഹരണമാണെന്നായിരുന്നു. Halley അദ്ദേഹത്തിന്റെ 'Ode to Newton' (ന്യൂട്ടന് അർച്ചനാലാപനകാവ്യം) എന്ന ബുക്കിൽ ആദ്യം എഴുതിയത് "ദൈവങ്ങൾക്കു സമീപം ഒരു മർത്ത്യനും സമീപിക്കരുതേ" എന്നായിരുന്നു.

എങ്കിലും മറ്റു ചിലർ പറഞ്ഞത് പ്രിൻസിപിയ വളരെ ബൃഹത്തും മനസ്സിലാക്കാൻ വിഷമകരവുമാണെന്നാണ്. ന്യൂട്ടന്റെ കേംബ്രിഡ്ജിലെ സ്പോൺസറായിരുന്ന ഡോ. ബാബിങ്ടൺ വ്യസനത്തോടെ പറഞ്ഞത് അദ്ദേഹത്തിന് പ്രിൻസിപിയ ഒരാവൃത്തി വായിച്ചുതീർക്കാൻ ഏഴുവർഷമെങ്കിലും വേണമെന്നായിരുന്നു. വഴിയിൽ വച്ചു കണ്ട ഒരു വിദ്യാർത്ഥി പറഞ്ഞത് "ദാ ആ പോകുന്ന മനുഷ്യനെഴുതിയ ഒരു ബുക്ക് അദ്ദേഹത്തിനോ മറ്റാർക്കും തന്നെയോ മനസ്സിലാകില്ല."

എഴുതപ്പെട്ടതിൽ വച്ച് ഏറ്റവും പ്രധാനപ്പെട്ട ബുക്ക് പ്രിൻസിപിയ ആണെന്നാണ് കരുതപ്പെടുന്നത്. ഇതിന്റെ പ്രസിദ്ധീകരണം ന്യൂട്ടന് ലോകപ്രശസ്തി നേടിക്കൊടുത്തു. എങ്കിലും ഇതദ്ദേഹത്തിന്റെ വ്യക്തിത്വത്തെ മാറ്റിയില്ല. രസദീപ്തമായ തന്റെ ശിഷ്ട ജീവിതത്തിൽ ഇതദ്ദേഹത്തെ ഒരു ഏകാന്തപഥികനാക്കുകയായിരുന്നു.

7

വാൽ നക്ഷത്രങ്ങളുടെ രഹസ്യം ചുരുളഴിയുന്നു

ന്യൂട്ടന്റെ കാലത്ത് വാൽനക്ഷത്രങ്ങൾ പ്രാന്തസ്ഥമായ ബഹിരാകാശത്തു നിന്നുമുള്ള സന്ദർശകരാണെന്നായിരുന്നു ധരിച്ചിരുന്നത്. സാധാരണക്കാർ ഭയത്തോടെയായിരുന്നു ഇവയുടെ ക്ഷിപ്രആഗമനത്തെ കണ്ടിരുന്നത്. ഇവയുടെ വരവ് രോഗങ്ങൾ, ക്ഷാമം, യുദ്ധം ഇവയൊക്കെ ഉണ്ടാക്കുമെന്നും വിശ്വസിച്ചിരുന്നു. എന്നാൽ ശാസ്ത്രജ്ഞന്മാർക്ക് അത് പരിഹരിക്കപ്പെടാത്ത കടങ്കഥയായിരുന്നു. എഡ്മണ്ട് ഹാലി ന്യൂട്ടന്റെ ഒരു യുവസുഹൃത്തും ജ്യോതിശാസ്ത്രജ്ഞനും ആയിരുന്നു. ഈ നിഗൂഢ സഞ്ചാരികളെ (നാടോടികൾ)പ്പറ്റി അദ്ദേഹം വളരെ ജിജ്ഞാസുവും ധൂമകേതുക്കളെപ്പറ്റിയുള്ള രഹസ്യങ്ങൾ സൂക്ഷിക്കുന്നയാളുമായിരുന്നു.

ഒരു നിമിത്തമെന്നോണം 1682 ൽ ആകാശത്ത് ഉജ്ജ്വലപ്രകാശമുള്ള ഒരു വാൽനക്ഷത്രം മിന്നിപ്പറക്കുന്നതുകണ്ട ഹാലിക്ക് താൻ ദീർഘനാളായി അന്വേഷിച്ചുകൊണ്ടിരുന്ന ഒരു സന്ദർഭമാണ് കിട്ടിയത്. വാൽനക്ഷത്രം സൂര്യനിലെത്തിയതും അതിനുശേഷവുമുള്ള സഞ്ചാരപാത നിരീക്ഷിച്ചു. സഞ്ചാരപഥം വർത്തുളവും അതിന്റെ വശങ്ങൾ വികേന്ദ്രീകൃതവും ആയിരുന്നു. അദ്ദേഹം വിചാരിച്ചത് വാൽനക്ഷത്രം ഒരിക്കലും സൗരയൂഥത്തിലേക്ക് തിരിച്ചുവരില്ലെന്നായിരുന്നു. അതോർത്ത് അദ്ദേഹം വളരെ വിഷമിച്ചു.

ഒരു സുഹൃത്തിനോടു അദ്ദേഹം പറഞ്ഞു "കഴിഞ്ഞ കാലങ്ങളിൽ നൂറുകണക്കിന്, ആയിരക്കണക്കിന് വാൽനക്ഷത്രങ്ങളെ കണ്ടിട്ടുണ്ട്. പക്ഷേ, അവയിൽ ഒരെണ്ണം പോലും ഒരു തിരിച്ചുവരവ് നടത്തിയിട്ടില്ല." ഒരു പരിഹാസച്ചുവയോടെ സുഹൃത്ത് പറഞ്ഞു: "ജ്യോതിർഗോളങ്ങളുടെ കൂട്ടത്തിൽ കോമറ്റുകൾ (വാൽനക്ഷത്രങ്ങൾ) മാത്രമായിരിക്കാം ഒരു ചലനനിയമത്തിനും വിധേയമാകാത്തത്." ന്യൂട്ടൻ ചിന്തിച്ചത് മറ്റൊരുവിധ

ത്തിലാണ്. വാൽനക്ഷത്രങ്ങൾ നിയമരഹിതമല്ല. പ്രിൻസിപിയയുടെ മൂന്നാം ബുക്കിൽ ഇക്കാര്യം ശക്തിയുക്തം ന്യൂട്ടൻ പ്രസ്താവിച്ചിട്ടുണ്ട്.

സൗരയൂഥത്തിൽ വാൽനക്ഷത്രങ്ങളും ഗുരുത്വാകർഷണനിയമങ്ങൾക്ക് വിധേയമാണെന്നു പ്രസ്താവിച്ചത് ഹാലിയെ അത്ഭുതസ്തബ്ധനാക്കി. ഗ്രഹങ്ങളും ധൂമകേതുക്കളും സഞ്ചരിക്കുന്നത് അണ്ഡാകാരമായ പഥമേഖലയിൽ കൂടിയാണെന്ന് പ്രിൻസിപിയയിൽ അസന്ദിഗ്ദ്ധമായി പ്രസ്താവിക്കുന്നുണ്ട്. ധൂമകേതുവിന്റെ ചലനപാത വിശാലമായ അണ്ഡാകൃതിയിലാണെന്നും ചിലപ്പോൾ ശൂന്യാകാശത്തിൽ നിന്നും അപ്പുറത്തേക്കുവരെ വ്യാപിക്കുന്നതാണെന്നും അതേസമയം ഒരു ഗ്രഹത്തിന്റെ ഭ്രമണപഥം ചെറുതായി പരന്നു വൃത്തമാണെന്നും മാത്രം. ഒരു വാൽനക്ഷത്രം ഒരു സംവൃത ഭ്രമണപഥത്തിൽക്കൂടി സഞ്ചരിക്കുകയും ഒരു ക്ലിപ്തമായ ഇടവേളയ്ക്കു ശേഷം സൗരയൂഥത്തിലേക്ക് തിരിച്ചുവരികയും ചെയ്യും. ന്യൂട്ടൻ ഹാലിയോടു പറഞ്ഞു, "ഭ്രമണപഥങ്ങൾ അത്രയ്ക്കു ദൈർഘ്യമേറിയതായതുകൊണ്ട് ഒരു വാൽനക്ഷത്രം നേരത്തെ വന്ന പോയിന്റിൽ തിരിച്ചെത്താൻ നൂറുകണക്കിനു വർഷങ്ങൾ എടുക്കും."

ഹാലി, ന്യൂട്ടന്റെ ആശയങ്ങൾ ശരിയാണെന്നു തെളിയിക്കാൻ ശ്രമിച്ചു. ആയിരക്കണക്കിന് ധൂമകേതുക്കളുണ്ടെങ്കിലും അവയിൽ ചിലതിനെങ്കിലും നൂറുവർഷങ്ങൾക്കു താഴെയായിരിക്കാം അവയുടെ സഞ്ചാര സമയം. ഹാലി ചിന്തിച്ചു. 1682 ൽ താൻ അടുത്തു കണ്ട ധൂമകേതുവിൽ നിന്നും തന്റെ പരിശോധനകൾ ആരംഭിക്കാൻ അദ്ദേഹം തീരുമാനിച്ചു. ഹാലി ന്യൂട്ടനെ സമീപിച്ചപ്പോൾ അദ്ദേഹം ഹൃദയംഗമമായി ഹാലിയെ പ്രോത്സാഹിപ്പിച്ചു. എങ്കിലും ഹാലി ഏറ്റെടുത്ത അത്യാശ്ചര്യജനകമായ യജ്ഞത്തെപ്പറ്റി ജാഗരൂകനായിരിക്കണമെന്നും മുൻസൂചന നല്കി. 1682 ൽ വന്ന വാൽനക്ഷത്രത്തിന്റെ മുൻവരവു കണ്ടുപിടിക്കാൻ നൂറുകണക്കിന് പൊടിപിടിച്ച കൈയെഴുത്തു പ്രതികളും ബുക്കുകളും പരിശോധിച്ചു. അദ്ദേഹത്തിന്റെ നിരന്തര പരിശ്രമംകൊണ്ട് 1607 ൽ ഒരു ധൂമകേതു വന്ന വിവരം കെപ്ലർ നിരീക്ഷിച്ചു രേഖപ്പെടുത്തിയതു കണ്ടെത്തി. ഈ മഹത്തരമായ കണ്ടെത്തലിൽ ഒരു കാര്യം മനസ്സിലായി. 75 വർഷത്തെ ഇടവേളയിലാണ് ഇതു വീണ്ടും വന്നത്. അപ്പോൾ 1682 ൽ പ്രത്യക്ഷപ്പെട്ട വാൽനക്ഷത്രംതന്നെയാകണം കെപ്ലർ രേഖപ്പെടുത്തിയതെന്നും അദ്ദേഹം ഊഹിച്ചു. എങ്കിലും ഈ കണ്ടെത്തൽ അദ്ദേഹം രഹസ്യമായിത്തന്നെ വച്ചു.

ഹാലിയുടെ കണ്ടെത്തലായിരുന്നു ധൂമകേതുക്കളെപ്പറ്റിയുള്ള ന്യൂട്ടന്റെ സിദ്ധാന്തങ്ങളുടെ ആദ്യ തെളിവ്. ഇതേ വാൽനക്ഷത്രത്തിന്റെ തന്നെ 1607 നു മുമ്പുള്ള വരവും കണ്ടുപിടിച്ചു. അത് 1531 ലായിരുന്നു. അതിനെപ്പറ്റിയുള്ള വിശദീകരണം 1607 ലേതിനു യോജിക്കുന്നതായിരുന്നു. ഹാലി യാഥാർത്ഥ്യം വെളിപ്പെടുത്താതെ വീണ്ടും ശ്രമിച്ചു. 1456 ൽ 75 വർഷങ്ങളുടെ ഇടവേളയ്ക്കു ശേഷം തന്നെയായിരുന്നു അത്. ഹാലി തന്റെ വിജയം സംശയലേശമെന്യേ സ്ഥിരീകരിച്ചു.

151	1305	
	1456	75
	1531	
76	1607	
	1682	75
75	1758	
	1835	77
75	1910	
	1986	76
75	2061	

ഹാലിയുടെ യജ്ഞം വിജയമകുടം ചൂടാൻ മറ്റൊന്നും കൂടി സംഭവിച്ചു; തെളിവായി 1305 ൽ ഒരുവാൽനക്ഷത്രത്തെ കണ്ടത് കൃത്യം 151 വർഷങ്ങൾക്കു മുമ്പായിരുന്നു. ജൂപ്പിറ്ററിന്റെ ഗുരുത്വാകർഷണ വലിവു കൊണ്ടാണ് ഇടവേളകൾ 75, 76 വർഷം എന്ന വ്യത്യാസം ഉണ്ടാകുന്നതെന്നു മനസ്സിലായി. ഹാലിതന്നെ ഈ വാൽനക്ഷത്രം വീണ്ടും 75 വർഷങ്ങൾക്കുശേഷം 1758 ൽ വരുമെന്ന് പ്രവചിച്ചു.

ഹാലിയുടെ മരണശേഷം 16 വർഷങ്ങൾ കഴിഞ്ഞ്, 1758 ഡിസംബറിലെ ഒരു തണുപ്പുള്ള രാത്രിയിൽ അതു സംഭവിച്ചു. ലോകം മുഴുവനുമുള്ള ജ്യോതിശാസ്ത്രജ്ഞന്മാർ ആ അസുലഭസന്ദർശനം ജിജ്ഞാസയോടെ പ്രതീക്ഷിച്ചിരിക്കുകയായിരുന്നു. ആ വാൽനക്ഷത്രത്തിന് തല്ക്ഷണം തന്നെ Halleys Comet എന്ന് നാമകരണം ചെയ്തു. അതിനുശേഷം 1835, 1910, 1986 വർഷങ്ങളിൽ ഹാലിയുടെ വാൽനക്ഷത്രം ഒരു സ്ഥിരം സന്ദർശകനായി. ഇനിയും ഈ നൂറ്റാണ്ടിൽത്തന്നെ 2061 ൽ ഹാലീസ് കോമറ്റ് പ്രത്യക്ഷപ്പെടും.

ഹാലിയുടെ വിജയം ന്യൂട്ടനിലെ ശാസ്ത്രപ്രതിഭയുടെ ജയോത്സവമായിരുന്നു. സ്വന്തം മുറിയുടെ നാലു ചുവരുകൾക്കപ്പുറം കടക്കാതെ തന്നെ, ചിരപുരാതനമായ വാൽനക്ഷത്രക്കടങ്കഥ ന്യൂട്ടൻ എന്നേക്കുമായി പരിഹരിച്ചു.

8

അശാന്തവർഷങ്ങൾ

ആയിരത്തി അറുനൂറ്റി എൺപത്തിയഞ്ചിൽ ജെയിംസ് രണ്ടാമൻ ഇംഗ്ലണ്ടിലെ രാജാവായിത്തീർന്നു. അദ്ദേഹം റോമൻ കത്തോലിക്കാ വിഭാഗത്തിൽപെട്ട ഒരു മതഭ്രാന്തനായിരുന്നു. രാജാവിന് പ്രോട്ടസ്റ്റന്റ് മതസ്ഥരോട് വലിയ വിരോധമായിരുന്നു. അക്കാലത്ത് കേംബ്രിഡ്ജ് സർവ്വകലാശാല പ്രൊട്ടസ്റ്റന്റ് വിശ്വാസികളുടെ കേന്ദ്രമായിരുന്നു. ന്യൂട്ടൻ ജനിച്ചതും വളർന്നതും എല്ലാം പ്രൊട്ടസ്റ്റന്റ് വിശ്വാസിയായിട്ടായിരുന്നു.

നിയമത്തിനെതിരായി ഫാദർ ഫ്രാൻസിസ് എന്ന ഒരു കത്തോലിക്കാവൈദികനെ സെനറ്റിൽ അവരോധിക്കാൻ രാജാവ് ശ്രമിച്ചത്, രാജാവും യൂണിവേഴ്സിറ്റിയും തമ്മിലുള്ള ഒരു പൊരിഞ്ഞ യുദ്ധത്തിനിടയാക്കി. ഒടുവിൽ സമരം അവസാനിപ്പിക്കാൻ ന്യൂട്ടൻ ഇടപെടേണ്ടിവന്നു.

ഭാഗ്യവശാൽ യൂണിവേഴ്സിറ്റി ഭരണം മൂന്നു വർഷത്തേക്കേ ജെയിംസ് രണ്ടാമനു രാജാവെന്ന നിലയിൽ ഉണ്ടായിരുന്നുള്ളൂ. 1688 ൽ അദ്ദേഹത്തെ സമാധാനപരമായി നിഷ്കാസനം ചെയ്യുകയും ഒരു ജർമ്മൻ രാജകുമാരനായ വില്യം ഓഫ് ഓറൻജിനെ രാജാവാക്കുകയും ചെയ്തു.

കാതലിക് ചർച്ചിനെതിരായ ന്യൂട്ടന്റെ വീരോചിതമായ പാത്രധർമ്മം കേംബ്രിഡ്ജ് യൂണിവേഴ്സിറ്റിക്ക് മതിപ്പുണ്ടാക്കുകയും അദ്ദേഹത്തെ ബ്രിട്ടീഷ് പാർലമെന്റിലേക്ക് തിരഞ്ഞെടുക്കുകയും ചെയ്തു. സമാധാനപരമായ യൂണിവേഴ്സിറ്റി ജീവിതത്തിന്റെ സ്ഥാനത്ത് നിന്നും കണ്ണഞ്ചിക്കുന്നതും കോലാഹലപൂരിതവുമായ ലണ്ടൻ രാഷ്ട്രീയത്തിലേക്ക് എടുത്തെറിയപ്പെട്ടു. ന്യൂട്ടന് ഈ ജീവിതം വളരെ ഇഷ്ടപ്പെട്ടു. ഈ സമയം ന്യൂട്ടന് നാല്പത്തേഴു വയസ്സായിരുന്നു.

പാർലമെന്റംഗമായിരുന്നപ്പോൾ ട്രിനിറ്റിയിൽ ന്യൂട്ടന്റെ ശിഷ്യനായി

രുന്ന ചാൾസ് മൊണ്ടെഗുമായി ബന്ധമുണ്ടായി. വിഗ്പാർട്ടിയുടെ നല്ല വിജയസാദ്ധ്യതയുള്ള ഒരു നേതാവായിരുന്നു അദ്ദേഹം. ജോൺ ലോക്ക്, റിച്ചാർഡ് ബെന്റ്ലി, സാമുവൽ പെപ്പി ഇവരുമായി ദീർഘകാലം നില നില്ക്കുന്ന ബന്ധം സ്ഥാപിച്ചു. വാസ്തവത്തിൽ പതിനേഴു മാസക്കാലത്തെ തന്റെ അമാനുഷികമായ പ്രിൻസിപിയജോലി ന്യൂട്ടന്റെ ശാരീരികവും മാനസികവുമായ മുഴുവൻ ഊർജ്ജസ്വലതയും വറ്റിച്ചുകളഞ്ഞിരുന്നു. അതുകൊണ്ടാണ് തലവേദന നിറഞ്ഞതെങ്കിലും രാഷ്ട്രീയപ്രവർത്തനം ഒരുതരത്തിൽ മാനസികസംഘർഷം കുറച്ചതായി അനുഭവപ്പെട്ടത്. ബൃഹത്തും ശാശ്വതസ്വഭാവമുള്ളതുമായ തന്റെ ജോലി തീർത്തിട്ട് സ്വയംകൃതമായ ഏകാന്തജീവിതം തീർക്കണമെന്ന് ന്യൂട്ടന് തോന്നി.

അങ്ങനെ ലണ്ടനിൽ ഒരു പുതുജീവിതം പര്യാലോചിച്ചുകൊണ്ടിരിക്കുമ്പോഴായിരുന്നു ജന്മസ്ഥലമായ വൂൾസ് തോർപ്പിലേക്ക് രോഗബാധിതയായ തന്റെ അമ്മയെ പരിചരിക്കാൻ ഓടിയത്. വളരെ പാവനമായ ആ കൃത്യം അദ്ദേഹം സർവ്വാത്മനാ നിർവ്വഹിച്ചെങ്കിലും ഹന്നാ (ന്യൂട്ടൻ) സ്മിത്ത് മരിച്ചു. അമ്മയുടെ മരണം അദ്ദേഹത്തിന് വലിയ ആഘാതമായിരുന്നു. സംഭവം ന്യൂട്ടന്റെ ഹൃദയത്തിൽ ഒരു ശൂന്യസ്ഥലം സൃഷ്ടിച്ചു. അദ്ദേഹം നിരാശനും ഏകാകിയുമായിത്തീർന്നു.

1690 ൽ പതിമൂന്നു മാസങ്ങൾക്കുശേഷം പാർലമെന്റ് പിരിച്ചുവിട്ടു. ന്യൂട്ടൻ കേംബ്രിഡ്ജിലേക്കു തന്നെ തിരിച്ചുപോകാൻ നിർബന്ധിതനായി. ന്യൂട്ടന് ലണ്ടൻ വിടാൻ താല്പര്യമുണ്ടായിരുന്നില്ല. കാരണം മൊണ്ടേഗിനെപ്പോലെ കാര്യങ്ങൾ മനസ്സിലാക്കുന്ന ഒരു വ്യക്തിയെ നഷ്ടപ്പെടാൻ അദ്ദേഹത്തിന് ഇഷ്ടമില്ലായിരുന്നു. കൂടാതെ ന്യൂട്ടന് നല്ലൊരു സർക്കാർ പദവിയും അദ്ദേഹം ഉറപ്പു നല്കിയിരുന്നു. കേംബ്രിഡ്ജിൽ ചെന്ന് അദ്ദേഹം വീണ്ടും ദൈവശാസ്ത്രത്തിലും ശാസ്ത്രീയപഠനങ്ങളിലും മുഴുകി.

ഈ സമയമാണ് ന്യൂട്ടൻ തന്റെ പ്രസിദ്ധമായ ശീതീകരണനിയമം (law of cooling) കണ്ടുപിടിച്ചത്. കൂടാതെ ഖരവസ്തുക്കൾ ഉരുകുന്നതും ദ്രാവകങ്ങൾ തിളയ്ക്കുന്നതും നിശ്ചിത ഊഷ്മാവുകളിലാണെന്നും പരീക്ഷണംമൂലം സമർത്ഥിച്ചു. ഈ നേട്ടം തെർമോമീറ്ററുകളുടെ അങ്കനം കുറിക്കുന്നതിലേക്കു നയിച്ചു. അങ്കനപ്പെടുത്താത്ത ഒരു തെർമോമീറ്ററിന്റെ ബൾബ് ആദ്യം ഐസിലും പിന്നീട് തിളച്ചുകൊണ്ടിരിക്കുന്ന വെള്ളത്തിലും വച്ചു. തെർമോമീറ്റർ ട്യൂബിന്റെ രണ്ടടയാളങ്ങളുടെയും– ഖരാങ്കവും (ഖനീഭവിക്കുന്ന ഊഷ്മാവ്) ക്വഥനാങ്കവും (തിളയ്ക്കുന്ന ഊഷ്മാവ്)– ഇടയ്ക്കുള്ള സ്ഥലത്തെ തുല്യമായി ഭാഗിച്ചതാണ് ഡിഗ്രികൾ.

മതപരവും ശാസ്ത്രീയവുമായ വിശ്രമമില്ലാത്ത ജോലി അദ്ദേഹത്തിന് നാഡീസ്തംഭനവും മറ്റു അപ്രതീക്ഷിതരോഗങ്ങൾക്കും ഇടയാക്കി. അങ്ങനെ ഉറക്കമില്ലായ്മയും. ഒരു രാത്രി ഡയമണ്ട് എന്ന ന്യൂട്ടന്റെ നായ് മേശപ്പുറത്തിരുന്ന പേപ്പർ കൂമ്പാരത്തിലേക്ക് കത്തി നിന്ന മെഴുകുതിരി മറിച്ചിട്ടതിനാൽ ഓപ്റ്റിക്സിനെപ്പറ്റിയും കെമിസ്ട്രിയെപ്പറ്റിയുമുള്ള പേപ്പറുകളെല്ലാം കത്തിയമർന്നു. കൂനിന്മേൽ കുരുവെന്നപോലെ

യായിരുന്നു ഈ സംഭവം.

നാലുവർഷങ്ങൾക്കുശേഷം ചാൾസ് മൊണ്ടേഗിന്റെ വാഗ്ദാനം സഫലമായി. 1696 ൽ മൊണ്ടേഗിന്റെ വിഗ്പാർട്ടി അധികാരത്തിൽ വന്നു. സർക്കാർ ഖജനാവിന്റെ ചാൻസലറായിരുന്ന അദ്ദേഹം ആദ്യം ചെയ്തത് Royal mint (രാജകീയ കമ്മട്ടം) ന്റെ വാർഡനാകാൻ ക്ഷണിക്കുകയായിരുന്നു.

9

ആഗോളപ്രശസ്തി

ബ്രിട്ടീഷ് കമ്മട്ടത്തിന്റെ പുതിയ വാർഡനെന്ന നിലയിൽ ന്യൂട്ടൻ ആദ്യം ചെയ്തത് മാറ്റുകുറഞ്ഞുകൊണ്ടിരുന്ന ബ്രിട്ടീഷ് നാണയങ്ങൾ പിൻവലിക്കുകയായിരുന്നു. രാജ്യം മുഴുവനും ഉണ്ടായിരുന്ന നാണയങ്ങൾ കൃത്യമായ വൃത്താകൃതിയിലല്ലായിരുന്നു. കൂടാതെ ഭാരത്തിലും വ്യത്യാസമുണ്ടായിരുന്നു. മനസ്സാക്ഷിക്കുത്തില്ലാത്ത ആളുകൾ നാണയങ്ങളിൽ നിന്നും വെള്ളി ചെത്തിയെടുത്ത് പണമുണ്ടാക്കി ബ്രിട്ടീഷ് സമ്പദ് ഘടനയ്ക്കു തന്നെ വെല്ലുവിളിയായിത്തീർന്നു. ഈ കുറ്റവാളികൾക്ക് മരണശിക്ഷ വിധിച്ചിട്ടുപോലും ഫലമുണ്ടായില്ല. ന്യൂട്ടൻ എല്ലാ വെള്ളിനാണയങ്ങളെയും തള്ളിക്കളഞ്ഞിട്ട് പുതിയ വെള്ളിനാണയശേഖരം ഉല്പാദിപ്പിച്ചു. അതിഗംഭീരമായൊരു ജോലിയായിരുന്നു ഇത്. ഒരു ദിവസം പോലും നാണയമില്ലായ്മ ഉണ്ടാകാതിരിക്കാൻ ന്യൂട്ടൻ "കോയിനേജ് പ്രോജക്ടി"ന് അപേക്ഷിക്കുകയും, ഒരു ശാസ്ത്രജ്ഞന്റെ എല്ലാവിധ വീറോടും ആത്മാർത്ഥതയോടുംകൂടി പത്തുപുതിയ ഫർണസുകൾ (ചൂളകൾ) സ്ഥാപിച്ച് വളരെ വേഗത്തിൽ വെള്ളി ഉരുക്കുകയും നാണയം അടിക്കുകയും ചെയ്തു. കൂടാതെ ചെറിയ നാണയങ്ങളടിക്കാൻ കുറെയധികം ചെറുകമ്മട്ടങ്ങളും ലണ്ടനു സമീപം സ്ഥാപിച്ചു. കൂടാതെ തന്റെ ശാസ്ത്രജ്ഞരായ സുഹൃത്തുക്കളെ ഈ ചെറുകമ്മട്ടങ്ങളുടെ മേല്നോട്ടവും ഏല്പിച്ചു. ഓരോ ദിവസവും കമ്മട്ടങ്ങൾ നാണയപ്പെരുമയുണ്ടാക്കി. ആദ്യം ഒരാഴ്ചയിൽ പതിനയ്യായിരം പൗണ്ട്സിൽനിന്നും ഒരുലക്ഷത്തി ഇരുപതിനായിരം പൗണ്ടുവരെ നിർമ്മിച്ചിട്ടും മൂന്നുവർഷം കൊണ്ടാണ് കോയിനേജ് പ്രോജക്ട് പണി തീർന്നത്. 1699 ൽ രണ്ടു പേരും ആശ്വാസത്തിലെത്തി. ഈ ഊർജ്ജസ്വലമായ സമയം ന്യൂട്ടൻ ശാസ്ത്രജോലികളൊന്നും ചെയ്തിരുന്നില്ല. എങ്കിലും സ്വിസ് ഗണിത

ജ്ഞനായിരുന്ന ജോൺ ബെർണോളിയുടെ രണ്ട് ക്ഷേത്രഗണിതസമസ്യകൾ 1696 ൽ തപാൽ വഴി ന്യൂട്ടന് ലഭിച്ചിരുന്നു.

ബർണോളി അനുവദിച്ച സമയം ഒരു വർഷമായിരുന്നു. ലോകപ്രശ്തരായിരുന്ന ഗണിതപ്രതിഭകളെല്ലാം ശ്രമിച്ചു. എന്നാൽ ന്യൂട്ടന് 1696 ൽ ഒരുദിവസം 4 പി എമ്മിനാണ് കത്തുകിട്ടിയത്. തന്റെ നേർക്ക് ചീറിപ്പാഞ്ഞുവന്ന ബുദ്ധിപരമായ ഈ വെല്ലുവിളി ന്യൂട്ടൻ ഏറ്റെടുത്തു. പിറ്റേന്നു രാവിലെ നാലുമണിക്കു മുമ്പായിത്തന്നെ രണ്ടുസമസ്യകൾക്കും പരിഹാരം കണ്ടെത്തി! 1697 ജനുവരിയിൽ ഉത്തരം പ്രത്യക്ഷപ്പെട്ടത് പേരു വയ്ക്കാതെയായിരുന്നു. പിന്നീട് ഒരു മാസത്തിനുശേഷം റോയൽ സൊസൈറ്റിക്കു മുമ്പാകെ വായിക്കപ്പെട്ടു. അപ്പോൾ ബെർണോളി ഉൾപ്പെടെ എല്ലാവരും ഈ അജ്ഞാതനായ പ്രശ്നപരിഹാരകന്റെ ഐഡന്റിറ്റി ആരുടേതാണെന്ന് വ്യക്തമായി ഊഹിച്ചു.

1699 ൽ ന്യൂട്ടന് മിന്റിന്റെ മാസ്റ്ററായി സ്ഥാനക്കയറ്റം നല്കി. അദ്ദേഹം മരിക്കുന്നതുവരെയും ഈ പദവിയിൽ തന്നെയായിരുന്നു. ഒച്ചപ്പാടുകൾ അധികമില്ലാത്ത ഒരുപ്രദേശമായ ലണ്ടനിലെ ജർമിൻസ് തെരുവിലായിരുന്നു അദ്ദേഹത്തിന്റെ വീട്. കേംബ്രിഡ്ജിലെ ഏകാന്ത ജീവിതത്തിനുശേഷം ഇപ്പോൾ അദ്ദേഹം തന്റെ ശാസ്ത്രീയമഹത്വങ്ങളുടെ മദ്ധ്യത്തിലായിരുന്നു. ലണ്ടൻ നഗരത്തിലെ ഏറ്റവും ആദരണീയനും ബഹുമാനിതനുമായിരുന്നു അദ്ദേഹം. ലോകപ്രശ്സതരായ അനേകം ശാസ്ത്രപ്രതിഭകൾ അദ്ദേഹത്തെ സന്ദർശിക്കുകയും ബഹുമാനം അർപ്പിക്കുകയും ചെയ്തിരുന്നു. വീണ്ടും ആദരിക്കാനായി കേംബ്രിഡ്ജ് യൂണിവേഴ്സിറ്റി 1701 ൽ പാർലമെന്റിലേക്ക് അദ്ദേഹത്തെ നാമനിർദ്ദേശം ചെയ്തു. 1703 ൽ റോയൽ സൊസൈറ്റി അദ്ദേഹത്തെ പ്രസിഡന്റായി തെരഞ്ഞെടുത്തു. മരണംവരെയും അദ്ദേഹത്തെ വീണ്ടും വീണ്ടും തെരഞ്ഞെടുത്തുകൊണ്ടിരുന്നു. 1705 ൽ ആനി രാജ്ഞി അദ്ദേഹത്തിന് മാടമ്പിസ്ഥാനം (Knight hood) നല്കി ആദരിച്ചു. ബ്രിട്ടീഷ് ചരിത്രത്തിൽ ആദ്യമായിട്ടാണ് ഒരു ശാസ്ത്രജ്ഞന് മാടമ്പി സ്ഥാനം നല്കുന്നത്.

ഇങ്ങനെ ഒരുതരത്തിലുള്ള സന്തോഷകരവും സംഘർഷരഹിതവുമായി കടന്നുപോകുമ്പോഴാണ് ഭൂമിയുടെ ആകൃതിയെപ്പറ്റി ന്യൂട്ടന് ആശയങ്ങൾ പെട്ടെന്ന് പൊന്തിവന്നത്. ഭൂമി അതിന്റെ അച്ചുതണ്ടിൽ നിന്നുള്ള ഭ്രമണത്താൽ ഭൂമദ്ധ്യരേഖയിൽ പുറത്തേക്ക് അല്പം ഉന്തിയും അതിനാൽത്തന്നെ ധ്രുവപ്രദേശങ്ങളിൽ കുറച്ച് പരന്നുമാണെന്ന് ന്യൂട്ടൻ വളരെ ഖണ്ഡിതമായി പറഞ്ഞിരുന്നു. എന്നാൽ ഫ്രഞ്ച് ശാസ്ത്രജ്ഞന്മാരിലധികവും ന്യൂട്ടന്റെ ഭൂആകൃതി അഭിപ്രായത്തോട് യോജിച്ചില്ല. അവർ പറഞ്ഞത് ധ്രുവപ്രദേശം അല്പംപോലും പരന്നതല്ലെന്നായിരുന്നു. അവരതിനായി പികാർഡിന്റെ പ്രശസ്തമായ അളവുകൾ ആധാരമാക്കി പറയുകയും ഫ്രാൻസിന്റെ പല വ്യത്യസ്ത പ്രദേശങ്ങൾ അളക്കുകയും ചെയ്തു. എന്നാൽ ന്യൂട്ടൻ അവരുടെ അളവുകളെല്ലാം തിരസ്കരിച്ചു.

കുറെ വർഷങ്ങളോളം ഈ വാദപ്രതിവാദങ്ങൾ തുടർന്നു. ഫ്രഞ്ച് ശാസ്ത്രജ്ഞരുടെ അളവനുസരിച്ച് ധ്രുവപ്രദേശങ്ങൾ അല്പം ദൈർഘ്യം കൂടിയതാണെന്നും പരന്നതല്ലെന്നും ഏതാണ്ടേറെക്കുറെ മുട്ടയുടെ ആകൃതിയാണെന്നും വാദിച്ചു.

ഒടുവിൽ വർഷങ്ങൾക്കുശേഷം ന്യൂട്ടൻ മരിച്ചുകഴിഞ്ഞ്, ഭൂമി ധ്രുവപ്രദേശങ്ങളിൽ പരന്നതാണെന്ന ന്യൂട്ടന്റെ ആശയം ശരിയാണെന്നു സമർത്ഥിച്ചു. 1735 ൽ ഫ്രഞ്ച് അക്കാഡമി ഭൂമിയുടെ ആകൃതിയെപ്പറ്റിയുള്ള കുഴപ്പിക്കുന്ന പ്രശ്നം എന്നെന്നേക്കുമായി പരിഹരിക്കാൻതന്നെ തീരുമാനിച്ചു. ഫ്രഞ്ച് അക്കാഡമി രണ്ട് നല്ല ഉപകരണസജ്ജമായ ഗവേഷണസംഘങ്ങളെ അയച്ചു. ഒന്ന് ഉത്തരധ്രുവത്തിനടുത്ത ലാപ്ലാൻഡിലേക്കും മറ്റേത് ദക്ഷിണ അമേരിക്കയിലെ പെറുവിലേക്കുമായിരുന്നു. രണ്ടു പര്യവേക്ഷണസംഘങ്ങളും തിരിച്ചെത്തിയപ്പോൾ ഭൂമി ധ്രുവങ്ങളിൽ പരന്നതാണെന്ന ന്യൂട്ടന്റെ കണ്ടെത്തൽ ശരിവച്ചു. അതിനുശേഷം ഉടനെതന്നെ ഭൂമിയുടെ ആകൃതിയുടെ കാര്യത്തിൽ ന്യൂട്ടൻ സമർത്ഥിച്ചത് ശരിയാണെന്നും ഭൂമിക്ക് മുട്ടയുടെ ആകൃതി അല്ലെന്നും ഔദ്യോഗികമായി സ്വീകരിക്കപ്പെട്ടു. ഭൂമദ്ധ്യരേഖയിൽ ഭൂമിയുടെ വ്യാസാർത്ഥം ധ്രുവങ്ങളിലേക്കാൾ നാല്പത്തിമൂന്നോളം കിലോമീറ്ററുകൾ കൂടുതലാണെന്നും ഇന്നു നമുക്കറിയാം.

10

അന്ത്യവർഷങ്ങൾ

ആയിരത്തിയെഴുനൂറ്റി പതിനെട്ട് ആരംഭം. ന്യൂട്ടൻ ഒരു മെഡിക്കൽ പ്രാക്ടീഷനറായ വില്യം സ്റ്റക്ക്‌ലിയെ ലണ്ടനിൽ സന്ധിച്ചിരുന്നു. അദ്ദേഹത്തിൽനിന്നും ജോൺ കോൺട്റ്റിൽനിന്നും ന്യൂട്ടന്റെ അന്ത്യനാളുകളിലെ സ്വഭാവം അറിയാൻ കഴിഞ്ഞിട്ടുണ്ട്. കോൺട്റ്റ് എഴുതി, "തുടർച്ചയായുള്ള അദ്ധ്വാനം, ക്ഷമ, എളിമ, ദൗർബല്യം, മനുഷ്യത്വം, ദാനശീലം, ഭക്തി, ആത്മനിയന്ത്രണം, ഇങ്ങനെ തിന്മയുടെ ലാഞ്ഛന പോലുമില്ലാത്ത ഒരു ജീവിതമായിരുന്നു അദ്ദേഹത്തിന്റേത്.

മദ്ധ്യഉയരവും മാംസളവുമായിരുന്ന ശരീരം ആയിരുന്നു ന്യൂട്ടന്റേത്. അദ്ദേഹത്തിന്റെ കണ്ണുകൾ ജീവസ്സുറ്റതും തുളച്ചുകയറുന്നതുമായിരുന്നു. സംസ്കാരസുരഭിലമായ വീക്ഷണമുള്ളയാളായിരുന്നു ന്യൂട്ടൻ. മഞ്ഞുപോലെ വെളുത്ത മുടികൊണ്ടു നിറഞ്ഞ തലയിൽ കഷണ്ടിയില്ലായിരുന്നു. വൃദ്ധനായിട്ടും യൗവനത്തിന്റേതായ കുസുമസമാനമായ നിറവും പിന്നെ ഒരു പല്ലൊഴികെ ബാക്കി എല്ലാ പല്ലുകളുമുള്ള ഒരു വ്യക്തിയായിരുന്നു.

അവസാനംവരെയും ചിന്തയുടെ ആഴക്കടലായിരുന്നു അദ്ദേഹത്തിന്റെ ജീവിതം. "കൈയിലൊരു പേനയും മുന്നിലൊരു ബുക്കും ഇല്ലാതെ ഒരിക്കലും ഇരുന്നിട്ടില്ല. വായനകൊണ്ട് അദ്ദേഹത്തിന്റെ കണ്ണുകൾ ഒരിക്കലും ക്ഷീണിച്ചിട്ടില്ല."

അവസാന വർഷങ്ങളിൽ തന്റെ സമ്പാദ്യത്തിന്റെ നല്ലൊരു ഭാഗം പരസഹായത്തിന് ചെലവാക്കി. കഴിയുന്ന എല്ലാ വിധത്തിലും സ്വന്തക്കാരെയും സഹായിച്ചിരുന്നു. ഭർത്താവിന്റെ മരണശേഷം വിധവയായ തന്റെ അർദ്ധസഹോദരി Mary Smith Pilkington നെ ന്യൂട്ടൻ സഹായിച്ചു. എങ്കിലും തന്റെ പരസഹായതല്പരത കുടുംബാംഗങ്ങൾക്കു മാത്ര

മായി പരിമിതപ്പെടുത്തിയില്ല. കഷ്ടപ്പെടുന്ന ആരെയും അദ്ദേഹം സഹായിച്ചു.

മരിക്കുന്നതിന് വളരെ മുമ്പേ തന്നെ ന്യൂട്ടൻ തന്റെ ജീവിതം തിരിഞ്ഞു നോക്കുകയും പേരു വെളിപ്പെടുത്താത്ത ഒരു കൂട്ടുകാരനു വേണ്ടി തന്റെ ജീവിതകഥ സംക്ഷേപിച്ചെഴുതിക്കൊടുക്കുകയും ചെയ്തു. സത്യാന്വേഷിയായ ഒരാളുടെ ജീവിതസത്തയുടെ പ്രൗഢഗംഭീരമായ ഒരു പ്രതിഫലനമായിരുന്നു അത്.

"ലോകത്തിന് ഞാനെന്താണെന്ന് എനിക്കറിയില്ല. എന്നാൽ കടല്ക്കരയിലിരുന്നു കളിക്കുന്ന ഒരുകുട്ടിയെപ്പോലെ ചിലപ്പോഴെങ്ങാൻ നല്ലൊരു വെള്ളാരംകല്ല്, അല്ലെങ്കിൽ സാധാരണയിൽ കവിഞ്ഞ മനോഹരമായ ഒരു ഷെൽ– അപ്പോഴും സത്യത്തിന്റേതായ വൻസമുദ്രം എന്റെ മുന്നിൽ കണ്ടുപിടിക്കപ്പെടാതെ അവശേഷിക്കുന്നു."

മരണശയ്യയിൽ കിടക്കുമ്പോൾ അദ്ദേഹം അന്ത്യകൂദാശാ സ്വീകരണനിഷേധം നടത്തിയത്, ന്യൂട്ടന്റെ ഏറ്റവും സാരഗർഭമായ ഒരു പ്രവൃത്തിയാണെന്നുള്ളത് കൗതുകകരമാണ്. അമ്പതു വർഷങ്ങളായി പൊതുവായി (പുറത്ത്) പറയാൻ ധൈര്യമില്ലാതിരുന്നതിനാൽ അദ്ദേഹം വേണ്ടത്ര ധൈര്യം സംഭരിച്ച് അന്ത്യനിമിഷത്തിൽ വ്യക്തിപരമായി ക്രിസ്തുമതപരിത്യജനപ്രഖ്യാപനം നടത്തി.

1726 മാർച്ച് 20–ാം തീയതി തിങ്കളാഴ്ച വെളുപ്പിന് ഏകദേശം ഒരു മണിക്ക് വലിയ വേദനയൊന്നും കൂടാതെ അദ്ദേഹം അന്ത്യശ്വാസം വലിച്ചു. അദ്ദേഹത്തിന്റെ മൃതദേഹം വെസ്റ്റ് മിനിസ്റ്റർ ആബെയിൽ അന്തസ്സായി ബഹുമതിയോടെ ഒരു വീരപുരുഷന് യോജിച്ച വിധത്തിൽ ആഡംബരത്തോടെ സംസ്കരിച്ചു. അദ്ദേഹത്തിന്റെ ശവമഞ്ചം വഹിച്ചത്, അക്കാലത്ത ഏറ്റവും വലിയ മുൻനിര ശാസ്ത്രജ്ഞന്മാരും മഹദ് വ്യക്തികളുമായിരുന്നു. ഫ്രഞ്ച് ദാർശനികനും ന്യൂട്ടന്റെ മിത്രവുമായിരുന്ന, അന്ന് ആബെയിൽ സന്നിഹിതനായിരുന്ന വോൾട്ടയർ പറഞ്ഞത് "തന്റെ പ്രജകളാൽ പരിസേവിതനായ ഒരു രാജാവിന്റെ സംസ്കാരം."

അൻറ്റോയിൻ ലാവോയ്സർ

1

ആദ്യകാലവർഷങ്ങൾ

പാരീസിൽ 1743 ആഗസ്ത് മാസം 26-ാം തീയതി ഒരു ഫ്രഞ്ച് സമ്പന്നകുടുംബത്തിൽ അൻറ്റോയിൻ ലാവോയ്സർ ജീൻ ആന്റണിയുടെയും എമിലി പണ്ടിസിന്റെയും മകനായി ജനിച്ചു. അദ്ദേഹത്തിന്റെ പൂർവ്വികർ പാരീസിൽനിന്നും വടക്കുകിഴക്കായി എൺപതുകിലോമീറ്റർ അകലെയുള്ള വില്ലിയർ കോട്ടറെറ്റ്സ് (Villier Cotterets) എന്ന ഒരു ടൗണിൽ നിന്നും വന്നവരായിരുന്നു.

അൻറ്റോയിന്റെ പിതാവ് ജീൻ അൻറ്റോയിൻ പാരീസിലേക്കു മാറി ത്താമസിച്ചത് നിയമം പഠിക്കാനായിരുന്നു. തന്റെ അമ്മയുടെ സഹോദരനും പാരീസ് പാർലമെന്റിലെ വക്കീലുമായ ജാക്വസ് വാറോക്യുവർ (Jaques Waroquier) ക്കൊപ്പമായിരുന്നു ജീൻ അൻറ്റോയിൻ താമസിച്ചിരുന്നത്. സ്വന്തം പിന്മുറക്കാരൊന്നുമില്ലാത്തതിനാൽ 1741 ൽ അമ്മാവൻ മരിച്ചപ്പോൾ സ്വന്തം അനന്തിരവന് അദ്ദേഹത്തിന്റെ സ്വത്തുക്കളെല്ലാം ലഭിച്ചു.

ജീൻ അൻറ്റോയിൻ, എമിലി പണ്ടിസിനെ 1742 ൽ വിവാഹം ചെയ്തു. ഭാര്യാ പിതാവ് വളരെ സമർത്ഥനായ വക്കീലായിരുന്നതിനാൽ മരുമകനെ അത്ര വലിയതല്ലാത്ത സോളിസിറ്റിർ പദവിയിൽനിന്നും ഓർഡർ ഓഫ് ബാരിസ്റ്റേഴ്സിലെ അംഗമാക്കി.

ഓർഡർ ഓഫ് ബാരിസ്റ്റേഴ്സിലെ പദവി ലാവോയ്സയറുടെ കുടുംബാന്തസ്സ് വർദ്ധിപ്പിച്ചു. യാദൃച്ഛികമെന്നോണം ലാവോയ്സറുടെ ഭാവി ഭാര്യപിതാവ് ജാക്വസ് പോൾസിയും (Jaques Paulze) ഓർഡർ ഓഫ് ബാരിസ്റ്റേഴ്സിലെ അംഗമായിരുന്നു.

കൃത്യനിഷ്ഠയും ആദർശവും ഉള്ള ഒരു കുട്ടിയായിരുന്നു ലാവോയ്സയർ. തന്റെ സഹോദരിയായ മേരി കൗമാരപ്രായത്തിൽ തന്നെ മരിച്ചു.

അമ്മയും തന്റെ അഞ്ചാമത്തെ വയസ്സിൽ മരിച്ചു. അപ്പോൾ ലാവോയ്സറുടെ പിതാവിന് മുപ്പത്തഞ്ച് വയസ്സേ ഉണ്ടായിരുന്നുള്ളൂ. എങ്കിലും അദ്ദേഹം പുനർവിവാഹം ചെയ്തില്ല.

ലാവോയ്സറുടെ അമ്മ മരിക്കുന്നതിനു മുമ്പുതന്നെ മാതാമഹി വിധവയായതിനാൽ ചെറുമകനെ വളർത്തിയത് അവരായിരുന്നു. അമ്മയുടെ സഹോദരി കോൺസ്റ്റാൻസിനും ലാവോയ്സറെ വളർത്തുന്നതിൽ പങ്കുണ്ടായിരുന്നു. കോളേജ് ഹെഡ് ക്വാട്ട്റെ–നേഷൻസ് (College des quartre-Nations)ൽ ഒരു വിദ്യാർത്ഥിയായി ഔപചാരികവിദ്യാഭ്യാസം തുടങ്ങുന്നതുവരെ അൻറ്റോയിൻ ആറുവർഷക്കാലം ആ കുടുംബത്തിൽ ജീവിച്ചു.

വൻ പ്രതീക്ഷകളുള്ള അഭിമാനികളും ധർമ്മനിഷ്ഠയുമുള്ള മുതിർന്നവരുടെ സ്വഭാവം ലാവോയ്സറെ സ്വാധീനിച്ചിരുന്നു. പത്തൊമ്പതു വയസ്സ് മാത്രമുള്ളപ്പോൾ ആരോഗ്യത്തിലുണ്ടാകുന്ന മാറ്റങ്ങൾ അറിയാനായി കുറെനാൾ പാലൊഴികെ മറ്റൊന്നും കഴിച്ചില്ല. തത്ഫലമായി ആരോഗ്യം ക്ഷയിച്ചതിനാൽ പരീക്ഷണം നിർത്താൻ ചില ശാരീരിക പ്രയോഗംതന്നെ അൻറ്റോയിന്റെ ഒരു കൂട്ടുകാരന് പ്രയോഗിക്കേണ്ടതായി വന്നു. ചെറുപ്രായത്തിൽ തന്നെ അത്യന്തം ധിഷണാശാലികളായ മുതിർന്നവരെപ്പോലെയുള്ള ചില പെരുമാറ്റങ്ങൾ പ്രദർശിപ്പിച്ചിരുന്നു.

ലാവോയ്സർ

പിന്നീട് തെരുവുവിളക്കുകളുടെ കാര്യത്തിനായി ശാസ്ത്രീയപരീക്ഷണം നടത്താൻ തീരുമാനിച്ചു. അതിനായി ആറാഴ്ചയോളം ഒരു മുറിയിൽ കതകടച്ചിരുന്ന് ഓരോ മിനിറ്റിലും സംഭവിക്കുന്ന പ്രകാശതീവ്രതാ വ്യത്യാസം പഠിച്ചു.

വെള്ളത്തെ വീണ്ടും വീണ്ടും സ്വേദനം ചെയ്ത് മണ്ണാക്കി മാറ്റാനുള്ള പരീക്ഷണമായിരുന്നു പിന്നീട് ചെയ്തത്. ഈ പരീക്ഷണം ചെയ്തത് 1768 ലായിരുന്നു. ഒരു ഫ്ളാസ്കിൽ വെള്ളം എടുത്ത് തിളപ്പിച്ച് സ്വേദീകരിച്ചു. സ്വേദനത്തിന്റെ ഫലമായുണ്ടായ വെള്ളത്തെ വീണ്ടും ഫ്ളാസ്കിലൊഴിച്ച് തിളപ്പിച്ച് സ്വേദീകരിച്ചു. അവസാനംകിട്ടിയ വെള്ളം 101 ദിവസങ്ങളോളം വെള്ളത്തിന്റെ ക്വഥനാങ്കത്തിനു തൊട്ടുതാഴെയുള്ള ഊഷ്മാവിൽ സൂക്ഷിച്ച് ജാഗ്രതയോടെ സൂക്ഷ്മനിരീക്ഷണം ചെയ്തു

കൊണ്ടിരുന്നു.

കാലാവസ്ഥാ നിരീക്ഷണത്തിൽ പ്രത്യേകിച്ചും ബാരോമീറ്റർ റീഡിങ്ങുകൾ നോക്കുക, കിണറ്റുജലത്തിന്റെ സാമ്പിളുകൾ അപഗ്രഥനം ചെയ്യുക തുടങ്ങിയ പ്രവർത്തനങ്ങൾ നടത്തി. ജീവിതം മുഴുവനും വിശദമായും കഠിനമായും ഏതു ജോലിയും ചെയ്യുന്നതിന് അദ്ദേഹത്തിന് അനിതരസാധാരണമായ ഊർജ്ജസ്വലതയുണ്ടായിരുന്നു.

ലാവോയ്സറിന് നിയമബിരുദം 1763 ൽ ലഭിച്ചു. പിന്നീട് ഒരു തൊഴിലിനുവേണ്ടി ശ്രമിച്ചു. തന്റെ കുടുംബത്തിന്റെ താല്പര്യമനുസരിച്ചാണ് അദ്ദേഹം നിയമബിരുദം നേടിയത്. ശാസ്ത്രമാണ് തന്റെ പ്രവർത്തനമണ്ഡലമെന്ന് അദ്ദേഹത്തിനറിയാമായിരുന്നു. നിയമം സുരക്ഷിതവും അന്തസ്സുള്ള ജോലിയും ആണ്, എപ്പോൾ വേണമെങ്കിലും അതിൽ പ്രവേശിക്കാം. അതുകൊണ്ട് ശാസ്ത്രത്തിൽത്തന്നെ തന്റെ ജീവിതവൃത്തി തുടങ്ങാൻ നിശ്ചയിച്ചു. സയൻസിൽ പരാജയപ്പെട്ടാൽ തീർച്ചയായും നിയമമണ്ഡലത്തിലേക്കു തിരിച്ചുവരാം എന്ന പ്രതീക്ഷയിലായിരുന്നു അദ്ദേഹം.

റൂവെല്ലെ

ശാസ്ത്രതാല്പര്യം അദ്ദേഹത്തിലുണർത്തിയത് മസാറിൻ കോളേജിലെ ഗണിതാദ്ധ്യാപകനായിരുന്ന നിക്കോളാസ് ലൂയി ഡിലാ ഗേയ്ലി എന്ന വാനനിരീക്ഷകനായിരുന്നു. അദ്ദേഹം ലാവോയ്സറിന് വാനശാസ്ത്രനിരീക്ഷണങ്ങളിലും വായുമർദ്ദമാപിനിനിരീക്ഷണങ്ങളിലും ട്രെയിനിങ് നല്കി. ഗേയ്ലിയുടെ മരണശേഷം ഖനിജദ്രവ്യശാസ്ത്ര(minerologist)ജ്ഞനും കുടുംബസുഹൃത്തും ആയിരുന്ന ജീൻ എറ്റിന്നേ ഗുട്ടാർഡിന്റെ സ്വാധീനത്തിലായി. അദ്ദേഹം ലാവോയ്സറെ പുറംലോകവുമായി ബന്ധപ്പെടുത്താൻ ധാരാളം അന്വേഷണസഞ്ചാരങ്ങൾ നടത്തി.

ആദ്യകാലശാസ്ത്രപരീക്ഷണങ്ങളിൽ ഏറിയ പങ്കും ലാവോയ്സർ ചെയ്തിരുന്നത് ഖനിജദ്രവ്യശാസ്ത്രം (minerology), ജലവുമായി ബന്ധപ്പെട്ട പഠനം (hydrology), ഭൂഗർഭശാസ്ത്രം (geology) എന്നിവയിലായിരുന്നു. ഈ വിഷയങ്ങളെല്ലാംതന്നെ രസതന്ത്രവുമായി വളരെ അടുത്ത ബന്ധമുള്ളതുമായിരുന്നു. സ്വാഭാവികമായും രസതന്ത്രത്തിൽ തല്പരനുമായിരുന്നു. വിഖ്യാതശാസ്ത്രജ്ഞൻ ഗില്ലോം ഫ്രാൻകോയിസ് റൂവെല്ലെ (Guillanme Francois Rouelle)യുടെ രസതന്ത്രപ്രഭാഷണങ്ങളിലെല്ലാംതന്നെ ഹാജരായിരുന്ന ലാവോയ്സർക്ക് ഇതിൽ താല്പര്യം

കൂടുതലായി.

തന്റെ ശാസ്ത്രീയ സിദ്ധാന്തങ്ങൾ വിശദീകരിക്കാൻ റൂവെല്ലെ നടത്തിയിരുന്ന ജീവസ്സുറ്റ പരീക്ഷണങ്ങൾ കാണാൻ ആളുകൾ ലക്ചർ ഹാളിൽ തിങ്ങിക്കൂടുമായിരുന്നു.

വിദ്യാർത്ഥിയായിരുന്നപ്പോൾ ജീൻ അന്റോയ്ൻ നൊള്ളറ്റ് (Jean Antoine Nollet) ന്റെ ഊർജ്ജതന്ത്രപ്രഭാഷണങ്ങളിലും ലാവോയ്സർ മുടങ്ങാതെ ഹാജരാകുമായിരുന്നു. വൈദ്യുതിശക്തിയെപ്പറ്റി ആയിടെ കണ്ടുപിടിച്ച നൊള്ളറ്റിന്റെ ലേഡൻജാർ പരീക്ഷണം (Leyden jar experiment) ലാവോയ്സറെ ഹരം പിടിപ്പിച്ചിരുന്നു.

21-ാം വയസ്സിലായിരുന്നു അദ്ദേഹം വക്കീൽപരീക്ഷ പാസായത്. പിന്നീട് സയൻസ് അക്കാഡമിയിൽ ഒരംഗമാകാനും തീരുമാനിച്ചു. Indian National Science Academy (INSA) പോലെയുള്ള ഫ്രഞ്ച് അക്കാഡമി ഓഫ് സയൻസ് സ്ഥാപിതമായത് 1666 ൽ ആയിരുന്നു. ചർച്ചാക്ലാസുകൾ നടത്താൻ ഒരു ഫോറം, പ്രഖ്യാപനത്തിന് (പ്രചാരണത്തിന്) ഒരു വാഹനം, കൂടാതെ എല്ലാ ശാസ്ത്രഗവേഷണങ്ങൾക്കുമുള്ള സൗകര്യം, ഇവയെല്ലാം സയൻസ് അക്കാഡമി നല്കിയിരുന്നു.

ഒരു വലിയ പട്ടണത്തെരുവുകളെല്ലാം പ്രകാശിപ്പിക്കുന്നതിന് ഏറ്റവും നല്ല പ്രായോഗിക ആശയം നല്കുന്ന വ്യക്തിക്ക് ഒരു സമ്മാനം അക്കാഡമി പ്രഖ്യാപിച്ചു. ലാവോയ്സർ മത്സരിക്കാൻ തീരുമാനിച്ചു. (On Various ways of Illuminating large Cities) *വൻ നഗരങ്ങൾ പ്രകാശിപ്പിക്കുന്നതിനുള്ള വിവിധ മാർഗ്ഗങ്ങൾ* എന്ന പ്രബന്ധത്തിന് പ്രൈസ് കിട്ടിയില്ലെങ്കിലും അക്കാഡമി പേപ്പർ പ്രിന്റ് ചെയ്യുകയും, രാജാവിൽനിന്നും പ്രത്യേക ഗോൾഡ് മെഡൽ അവാർഡ് കിട്ടുന്നതിന് ശുപാർശ ചെയ്യുകയും ചെയ്തു.

മൂന്നു വർഷങ്ങൾ കഴിഞ്ഞ് 1768 ൽ ലാവോയ്സർ സയൻസ് അക്കാഡമിയിലെ ഒരംഗമായി തെരഞ്ഞെടുക്കപ്പെട്ടു. അപ്പോഴദ്ദേഹത്തിന്റെ പ്രായം 25 വയസ്സ് മാത്രമായിരുന്നു.

ഈസമയത്താണ് അദ്ദേഹത്തിന്റെ മുത്തശ്ശി, ലാവോയ്സറെ ഒരു വൻസമ്പത്തിന് അർഹനാക്കിക്കൊണ്ട് യവനികയിൽ മറഞ്ഞത്. ഒരു മൈനറെന്ന അവസ്ഥയിൽനിന്നും പിതാവ് അദ്ദേഹത്തെ സ്വതന്ത്രനാക്കിയതിനാലും ഒരുവലിയ സമ്പത്ത് കൈയിൽ വന്നു.

1768 ൽ ഒരു കുടുംബസുഹൃത്തിന്റെ നിർദ്ദേശാനുസരണം ലാവോയ്സർ ജനറൽ ഫാർമേഴ്സ് (Fermiers--Generause) എന്ന കമ്പനിയിലെ 1/3 ഷെയർ വാങ്ങി. ഇതിലെ അംഗങ്ങളെ കർഷകരെന്നാണ് വിളിച്ചിരുന്നതെങ്കിലും ഇവർക്ക് കൃഷിയുമായി ഒരു ബന്ധവും ഇല്ലായിരുന്നു. ഈ കമ്പനി സാമ്പത്തിക പങ്കാളിത്തമുള്ള ചില പരോക്ഷനികുതികൾ പിരിക്കുകയും ചെയ്തിരുന്നു. കൂടാതെ പാട്ടവ്യവസ്ഥയിലെ ചട്ടങ്ങൾക്കനുസരിച്ചായിരുന്നു ഈ കമ്പനിയുടെ നിയമാവലി. അതിനാലാണ് ഇവർ കർഷകരെന്നറിയപ്പെട്ടത്. ശരിക്കും നികുതി പിരിച്ചിരുന്നത് റോയൽ ജന

റൽ ഫാംസ് (Ferme Generale) എന്ന സർക്കാരിന്റെ ഏജന്റുകളായിരുന്നു.

ലാവോയ്സറെ പല ജോലികളും ഏല്പിച്ചു. പ്രഥമ ഉത്തരവാദിത്വം, പാരീസിലെ പുകയിലക്കമ്പനികൾ, പണ്ടകശാലകൾ, ചെറുകിട കടകൾ തുടങ്ങിയവ പരിശോധിക്കുകയും പ്രവർത്തനറിപ്പോർട്ട് സമർപ്പിക്കുകയുമായിരുന്നു. ഒന്നാമത്തെ റിപ്പോർട്ട് 1768 ൽ തന്റെ ഭാവി ശ്വശുരനും പുകയില കമ്മിറ്റി തലവനുമായ ജാക്വസ് പോൾസി (Jaques Paulze)ക്കായിരുന്നു.

ലാവോയ്സർ സ്വയം ഈ കമ്പനിയുടെ ഭരണപരമായ പ്രവർത്തനങ്ങളിലേക്ക് എടുത്തുചാടുകയും താമസംവിനാ അതിന്റെ ഒരു മുൻനിര അംഗമാവുകയുംചെയ്തു.

പുകയില പരിശോധനയിലും മായംചേർത്ത പുകയില തമസ്കരിക്കുന്നതിലും അദ്ദേഹം അഗ്രഗണ്യനായിരുന്നു. മില്ലിൽനിന്നും വരുന്ന പുകയിലയിൽ ചാമ്പൽ ആണ് മായം ചേർക്കാൻ ഉപയോഗിച്ചിരുന്നത്. തന്റെ രസതന്ത്രവിജ്ഞാനം ഈ കള്ളക്കളി കണ്ടുപിടിക്കാൻ ലാവോയ്സറെ കെല്പുള്ളവനാക്കി.

ജാക്വസ് പോൾസിയെപ്പോലെയുള്ള സത്യസന്ധരും കഴിവുള്ളവരുമായ ഭരണകർത്താക്കൾ ഉണ്ടായിരുന്നെങ്കിലും ഫെർമെ ജനറൽ ശരിയായിട്ടല്ല പ്രവർത്തിച്ചിരുന്നത്. തന്മൂലം സാധാരണ ജനങ്ങൾ അവജ്ഞയോടെയാണ് ഈ കമ്പനിയോട് പ്രതികരിച്ചിരുന്നത്.

അതിനാലാണ് സ്വയം, കമ്പനിയുടെ ഭരണപരമായ കാര്യങ്ങളിലേക്ക് പ്രവേശിച്ചത്. ചെറുകിടക്കാർ ചെയ്തിരുന്ന മായംചേർക്കൽ കൊണ്ട് പൊതുജനങ്ങളെയും മാനേജ്മെന്റിനെയും കബളിപ്പിക്കുകയായിരുന്നു. ലാവോയ്സർക്ക് ഇതൊരു ഗുരുതരമായ ഭരണകാര്യപ്രശ്നമായിട്ടാണ് തോന്നിയത്.

മായം ചേർത്ത പുകയിലയിൽ ഒരു അമ്ലലായിനി ഒഴിച്ചാൽ ഒരു ശക്തമായ ഇളക്കത്തോടും ശബ്ദത്തോടും കൂടി ഒരു വാതകം പുറത്തേക്കുപോകുന്നതു കാണാമായിരുന്നു. ചേർത്ത മായത്തിന്റെ അളവനുസരിച്ച് ഈ പ്രവർത്തനം കൂടിയോ കുറഞ്ഞോ ഇരിക്കും.

രാസികമായ ഈ പ്രവർത്തനമാണ് പുകയിലയിൽ ചാമ്പലെന്ന മായം ചേർത്തിരുന്നത് കണ്ടുപിടിക്കാൻ ലാവോയ്സറെ സഹായിച്ചത്.

ചെറുകിട കച്ചവടക്കാരുടെയും ഉപഭോക്താക്കളുടെയും സന്മനസ്സുണ്ടെങ്കിലേ കമ്പനിക്ക് പുരോഗതി ഉണ്ടാവൂ എന്ന് ലാവോയ്സർക്കറിയാമായിരുന്നു. അതിനാൽ ഇവരെ രണ്ടുകൂട്ടരെയും സമീപിച്ചത് വളരെ പ്രായോഗികമായിട്ടായിരുന്നു.

മാനേജ്മെന്റ് പ്രശ്നങ്ങൾ ഉണ്ടാകുമ്പോഴും ലാവോയ്സർ തന്റെ ശാസ്ത്രീയനിപുണതയും അറിവും പ്രയോഗിച്ചായിരുന്നു പരിഹാരം ഉണ്ടാക്കിയിരുന്നത്.

2

വിവാഹം

ഫെർമെ ജനറലിലെ തന്റെ മേലുദ്യോഗസ്ഥനായിരുന്ന Jacques Paulz ന്റെ ഏകമകൾ മേരി ആൻ എന്ന അമ്മയില്ലാത്ത കുട്ടിയെ അവ ളുടെ പതിമൂന്നാമത്തെ വയസ്സിൽ 28 കാരനായ ലാവോയ്സർ 1771 ൽ വിവാഹം ചെയ്തു. വിവാഹം വളരെ തിടുക്കത്തിലാണ് പോൾസ് നട ത്തിയത്. കാരണം ആനിയുടെ അമ്മാവൻ ആബേടെറെ (Abbe Terray) അമ്പതുവയസ്സുള്ള അമർവൽ പ്രഭു (Amerval Count) വിനു അവളെ വിവാഹം ചെയ്തുകൊടുക്കാൻ തീരുമാനിച്ചു.

കുട്ടിയായിരുന്നെങ്കിലും ആനിക്ക് അമർവലിനെ പുച്ഛമായിരുന്നു. ടെറെയെ ഉപേക്ഷിക്കുവാനോ ഏകമകളെ നശിപ്പിക്കുവാനോ പോൾസിനു കഴിയുമായിരുന്നില്ല. അതിനാലാണ് തിടുക്കത്തിൽ കൂടുതൽ അനുയോ ജ്യനായ ലാവോയ്സറെക്കൊണ്ട് വിവാഹം ചെയ്യിച്ചത്. വിവാഹ അറി യിപ്പുണ്ടായപ്പോൾ ടെറെയ്ക്ക് എതിർപ്പൊന്നും ഉണ്ടായിരുന്നില്ലെന്നു മാത്ര മല്ല അദ്ദേഹത്തിന്റെ തന്നെ സ്വകാര്യചാപ്പലിൽ വച്ച് 1771 ഡിസംബർ 16-ാം തീയതി വിവാഹ ഉടമ്പടി നടത്തിക്കൊടുക്കുകയുംചെയ്തു.

വിവാഹാനന്തരം ഭർത്താവിന്റെ ശാസ്ത്രാഭിരുചിക്കൊത്തവണ്ണം, പെട്ടെന്നു തന്നെ കാര്യങ്ങൾപഠിച്ച് അദ്ദേഹത്തെ സഹായിക്കാൻ മേരിക്കു കഴിഞ്ഞു. കലയിലും സാഹിത്യത്തിലും ആനിക്ക് നല്ല അഭിരുചിയുണ്ടാ യിരുന്നു. നൈസർഗ്ഗികമായ ശാസ്ത്രാഭിരുചിയും ഉണ്ടായിരുന്നതിനാൽ ശാസ്ത്രീയലേഖനങ്ങൾ പരിഭാഷപ്പെടുത്തുക, പരീക്ഷണശാലയിൽ ജോലി ചെയ്യുക, ലാബറട്ടറി റെക്കോഡുകൾ സൂക്ഷിക്കുക, പരീക്ഷണ സംബന്ധിയായ വിഷയങ്ങൾക്ക് ചിത്രങ്ങൾ വരയ്ക്കുക, ഇങ്ങനെ സജീ വമായി മേരി ഭർത്താവിനെ സഹായിച്ചു. *'Elementary Treatise on Chemistry'* രസതന്ത്രത്തിലെ അടിസ്ഥാനപ്രബന്ധം– എന്ന ബുക്കിനു

ഭാര്യ മേരി ആൻ, ലവോയ്സർ

വേണ്ടി വരയ്ക്കുകയും അവയെല്ലാം 13 പ്ലേറ്റുകളിൽ കൊത്തുപണി ചെയ്ത് സുദൃഢമായി മുദ്രണംചെയ്യുകയും ചെയ്തു.

മേരിയുടേത് ആകർഷകമായ വ്യക്തിത്വമായിരുന്നു. ലാവോയ്സറുടെ സുഹൃത്ത് മേരിയെ വിശേഷിപ്പിച്ചത് (ഫിലോസഫിക്കൽ വൈഫ്) ദാർശനികയായ ഭാര്യ എന്നായിരുന്നു. അപ്പോൾ മേരിയുടെ പ്രായം 17 മാത്രമായിരുന്നു. പരസ്പരസ്നേഹം, കരുതൽ, വാത്സല്യം എന്നിവയാൽ വിശേഷിപ്പിക്കപ്പെട്ട ഒരു ദാമ്പത്യമായിരുന്നു അവരുടേത്. കുറച്ചു ശാസ്ത്രജ്ഞന്മാർക്കു മാത്രമേ ഇത്രയും നല്ലൊരു ചങ്ങാത്തം ഭാര്യയിൽനിന്നും ലഭിച്ചിട്ടുള്ളൂ. നിർഭാഗ്യമെന്നു പറയട്ടെ അവർക്കു സന്താനസൗഭാഗ്യമില്ലായിരുന്നു.

അക്കാഡമി അംഗമായ ശേഷം ലാവോയ്സർ ജിയോളജി– ഭൂഗർഭ ശാസ്ത്രം– വിട്ട് രസതന്ത്രത്തിലേക്കു തിരിഞ്ഞു. 1762 ൽ ജിപ്സത്തിന്റെ രാസസ്വഭാവത്തെപ്പറ്റി രണ്ടുപ്രബന്ധങ്ങൾ അവതരിപ്പിച്ചിരുന്നു.

ജിപ്സത്തെ ചൂടാക്കുമ്പോൾ ഉണ്ടാകുന്ന ബാഷ്പത്തെ പരിശോധിച്ചപ്പോൾ അത് ശുദ്ധജലമാണെന്നു തെളിഞ്ഞു. ജിപ്സത്തിന്റെ ആകെ ഭാരത്തിൽ 1/4 ഭാഗം ജലമാണെന്നും, ജലത്തിന്റെ സാന്നിദ്ധ്യത്തിൽ മാത്രമേ അതിനു രൂപവും ഖരാവസ്ഥയും ഉണ്ടാകുന്നുള്ളൂ എന്നും തെളിഞ്ഞു. ഇങ്ങനെ പരൽ (Crystal) രൂപമാകാൻ സഹായിക്കുന്നതു കൊണ്ട് ഈ ജലത്തെ പരൽജലം (water of crystalisation) എന്നും വിളിച്ചു.

ഈ സമയം പാരീസ് നഗരത്തിന് ശുദ്ധജല വിതരണം ചെയ്യേണ്ട തിന്റെ ആവശ്യകത മനസ്സിലാക്കിയിട്ട് മുന്നേ തന്നെ ലാവോയ്സർ ചെയ്ത രാസജോലിക്ക് ഇൻസെന്റീവ് നല്കുകയുംചെയ്തു.

അക്കാലത്തെ അറിയപ്പെടുന്ന ശാസ്ത്രജ്ഞനായ അന്റോയ്ൻ ഡിപാർസിലെ (Antoine Deparcieux) ആൽക്കെമിയിൽ വിശ്വാസമുള്ള യാളായിരുന്നു. അദ്ദേഹം വിശ്വസിച്ചത് ജലത്തെ ചൂടാക്കുമ്പോൾ രൂപാന്തരത്വം സംഭവിച്ച് മണ്ണാകുമെന്നായിരുന്നു. ജലത്തിൽ അലിഞ്ഞുചേർന്ന പദാർത്ഥങ്ങളാണ് ജലത്തെ പൂർണ്ണമായും ചൂടാക്കുമ്പോൾ പാത്രത്തിൽ അവശേഷിക്കുന്നതെന്നതിനെ സംബന്ധിച്ച് ആൽക്കെമിസ്റ്റുകൾ അജ്ഞരായിരുന്നു.

1768 ൽ ആൽക്കെമിസ്റ്റുകളുടെ വിശ്വാസത്തെ പരിശോധിക്കാൻ തന്നെ ലാവോയ്സർ തീരുമാനിച്ചു. ശരിയായ ശാസ്ത്രീയമാർഗ്ഗത്തിൽ തന്നെ ചെയ്ത് ആൽക്കെമിസ്റ്റുകളുടെ വർഷങ്ങളായുള്ള തെറ്റായ സിദ്ധാന്തത്തെ നിഷേധിച്ചു. ജലം ഒരിക്കലും മണ്ണായി രൂപാന്തരപ്പെടില്ലെന്ന് അദ്ദേഹം സമർത്ഥിച്ചു. കൂടാതെ ജലത്തെ പരിശോധിക്കുന്നതിനും ശുദ്ധീകരിക്കുന്നതിനുമുള്ള ഒരു പുതിയ സാങ്കേതികവിദ്യ രൂപപ്പെടുത്തുകയും ചെയ്തു.

3

അദൃശ്യമായ ഫ്ളോജിസ്റ്റോൺ

പ്രാചീനകാലംമുതൽ മനുഷ്യന് ഒരു തരത്തിലുള്ള വാതകത്തെ പ്പറ്റി, അതായത് വായുവിനെപ്പറ്റി മാത്രമേ അറിവുണ്ടായിരുന്നുള്ളൂ. വായു തന്നെയും മറ്റുവാതകങ്ങൾ ചേർന്നതാണെന്ന് മനസ്സിലാക്കിയിരുന്നില്ല. തന്നെയുമല്ല വായു ഊർജ്ജതന്ത്രത്തിലാണ് ഉൾപ്പെടുത്തിയിരുന്നത്. ഫെർമെന്റേഷൻ– പുളിക്കൽ നടക്കുമ്പോഴും തടി കത്തുമ്പോഴും ഉണ്ടാ കുന്ന വാതകം വ്യത്യസ്തജാതി വായു എന്നു തന്നെയായിരുന്നു കരു തിപ്പോന്നത്.

17–ാം നൂറ്റാണ്ടിന്റെ ആരംഭത്തോടെയാണ് വാതകം (gas) എന്ന വാക്കുതന്നെ ഉരുത്തിരിഞ്ഞത്. gas എന്ന പേരുണ്ടാക്കിയത് J Van Helmont ആയിരുന്നു. ഗ്രീക്ക് പദമായ chavos എന്ന പദത്തിൽനിന്നാണ് ഗ്യാസ് എന്ന പദം Helmont ഉണ്ടാക്കിയത്.

Helmont 30 k g തടി കരിച്ചപ്പോൾ ഉണ്ടായ ചാമ്പലിന്റെ ഭാരം വെറും അരക്കിലോഗ്രാം മാത്രമായിരുന്നു. ഇതിനു കാരണം കുറച്ചുഭാഗം wood spirit ആയി മാറിയെന്നായിരുന്നു. നേരത്തെ അറിയപ്പെടാതിരുന്ന ഈ സ്പിരിറ്റാണ് പിന്നീട് ഗ്യാസ് (വാതകം) ആയി മാറിയത്.

യഥാർത്ഥത്തിൽ ഹെൽമോണ്ടിന് കിട്ടിയ വാതകം കാർബൺ ഡയോക്സൈഡ് ആയിരുന്നു. അദ്ദേഹം വിചാരിച്ചത് ഒരുതരത്തിലുള്ള വായു എന്നായിരുന്നു. വീണ്ടും ഒരു നൂറ്റാണ്ടിന്റെ ഇടവേളയ്ക്കുശേഷം ബ്രിട്ടീഷ് ശാസ്ത്രജ്ഞനായ ജോസഫ് ബ്ലാക്കും കാർബൺ ഡയോ ക്സൈഡ് ഉല്പാദിപ്പിച്ചു.

ഫ്ളേജിസ്റ്റിക് സിദ്ധാന്തത്തിന്റെ ഉപജ്ഞാതാവ് ജർമ്മൻ കെമിസ്റ്റും ഫിസിഷ്യനുമായിരുന്ന G Stahl ആയിരുന്നു. പ്രശസ്ത ശാസ്ത്രജ്ഞ രായിരുന്ന കാവൻഡിഷ്, പ്രീസ്റ്റ്ലി, ഷീലെ തുടങ്ങിയവർ ഫ്ളോജിസ്റ്റിക്

സിദ്ധാന്തത്തിന്റെ വക്താക്കളായിരുന്നു. സ്റ്റാളിന്റെ ഫ്ളോജിസ്റ്റിക് തിയറി ലളിതവും വ്യക്തവുമായിരുന്നെങ്കിലും തെറ്റായിരുന്നു.

ഹെൽമോണ്ടിന്റെ 'ഗാസ്' കണ്ടുപിടിത്തത്തിനുശേഷം ഒരു പുതിയ രസതന്ത്രശാഖ രൂപംകൊണ്ടു. ന്യൂമാറ്റിക് കെമിസ്ട്രി (pnewmatic chemistry). അപ്പോഴാണ് ഹൈഡ്രജൻ, നൈട്രജൻ, ഓക്സിജൻ, എന്നീ വാതകങ്ങൾ കണ്ടുപിടിക്കപ്പെട്ടത്. ന്യൂമാറ്റിക് കെമിസ്ട്രിയുടെ സ്ഥാപകൻ ജോസഫ് ബ്ലാക്ക് ആയിരുന്നു.

അങ്ങനെ 1754 ൽ കാർബൺ ഡയോക്സൈഡ് കണ്ടുപിടിക്കുകയും അതിന് ഫിക്സഡ് എയർ എന്നു പേരിടുകയും ചെയ്തു. ഫ്ളോജിസ്റ്റോൺ സിദ്ധാന്തത്തെ എന്തിനും ഏതിനും ആശ്രയിക്കുന്ന സന്ദർഭത്തിലായിരുന്നു ലാവോയ്സർ രംഗത്തെത്തിയത്.

1772 ഫെബ്രുവരിയിൽ ധാതുക്കൾ എങ്ങനെയാണ് മറ്റവസ്ഥകളിലേക്ക് മാറുന്നു എന്നതിന്റെ കാരണം കണ്ടുപിടിക്കാൻ കുറെ അധികം പരിശോധനകൾ ആരംഭിച്ചു. അതിനായി അദ്ദേഹത്തിന്റെ സഹപ്രവർത്തകരും ചേർന്ന് വജ്രത്തെ ശക്തിയായി ചൂടാക്കി. ഈ പരീക്ഷണങ്ങളെല്ലാം ഫ്ളോജിസ്റ്റോൺ സിദ്ധാന്തത്തിൽ അദ്ദേഹത്തിന് കൂടുതൽ കൂടുതൽ സംശയം ഉണ്ടാക്കി.

1772 ൽ ലാവോയ്സർ ജർമ്മൻ ഫോസ്ഫറസിൽ പരീക്ഷണങ്ങളുടെ ഒരു പരമ്പരതന്നെ ചെയ്തു. ഫോസ്ഫറസ് കത്തിച്ചപ്പോൾ കിട്ടിയ ബാഷ്പത്തെ തണുപ്പിച്ചപ്പോൾ ഉണ്ടായ ആസിഡിന് കത്തിച്ച ഫോസ്ഫറസിനേക്കാൾ ഭാരം കൂടിയതായി കണ്ടു. ഭാരം കൂടാൻ കാരണം വായുവിലെ ജലബാഷ്പമാണോ അതോ വായുവിന്റെ തന്നെ ഭാരമാണോ എന്ന് നിശ്ചയമില്ലായിരുന്നു. ഈ പ്രശ്നം കാര്യമായിട്ടുതന്നെ എടുക്കുകയും കൂടുതൽ ഗവേഷണങ്ങൾ നടത്തുവാനും തീരുമാനിച്ചു.

ലാബറട്ടറി രീതിയിൽതന്നെ ഫോസ്ഫോറിക് ആസിഡ് നിർമ്മിക്കുവാൻ തുടങ്ങി. ഒരു ബെൽജാറിൽ തൂക്കം എടുത്ത ഫോസ്ഫറസ് കഷണങ്ങൾ കത്തിച്ച് ഉണ്ടായ ഫോസ്ഫറസ് ബാഷ്പം തണുത്ത് ഫോസ്ഫോറിക് ആസിഡ് ഉണ്ടായി. ഇത് ഒരു ബീക്കറിലൊഴിച്ചു ആസിഡിന്റെ വിതാനം അടയാളപ്പെടുത്തിയശേഷം ഭാരം കണ്ടു. അതുകഴിഞ്ഞ് ആസിഡ് മാറ്റി നേരത്തെ ബീക്കറിൽ കുറിച്ചിരുന്ന അളവുവരെ സ്വേദന ജലം ഒഴിച്ച് ഭാരം കണ്ടു. ഈ രണ്ടു തുല്യവ്യാപ്തങ്ങൾ തമ്മിലുള്ള വ്യത്യാസമാണ് ദ്രാവകത്തിലുള്ള ആസിഡിന്റെ ഭാരം എന്ന് കണ്ടു. എന്നിട്ട് ഫോസ്ഫറസ് കത്തിച്ചപ്പോൾ ലഭിച്ച ഭാരലാഭം കണക്കുകൂട്ടി വാസ്തവത്തിൽ ജ്വലനംമൂലം നേടിയ ഭാരം ഉപയോഗിച്ച ഫോസ്ഫറസിനേക്കാൾ 1/3 ഭാഗമാണെന്നു കണ്ടത് അദ്ദേഹത്തെ കോരിത്തരിപ്പിച്ചു.

മൂലകങ്ങളെപ്പറ്റി ഒരുപുതിയ വിദ്യയാണ് താൻ കണ്ടുപിടിച്ചതെന്നും വിപ്ലവകരമായ മുന്നേറ്റമാണ് താൻ നടത്തിയതെന്നും ലാവോയ്സർക്കു മനസ്സിലായി.

അദ്ദേഹം ഇതേരീതി ഉപയോഗിച്ച് പല മൂലകങ്ങളെയും കത്തിക്കു

കയും ഭാരലാഭം എത്രയെന്നു കണ്ടുപിടിക്കുകയുംചെയ്തു. ഈ പരീക്ഷണത്തിൽ കൂടി ഒരു രാസപരമായ കണ്ടുപിടിത്തമാണ് അദ്ദേഹം ചെയ്തത്. കാരണം ആദ്യകാല രസതന്ത്രജ്ഞന്മാർ വിശ്വസിച്ചിരുന്നത് ദ്രവ്യം നിർമ്മിക്കപ്പെട്ടിരിക്കുന്നത് അടിസ്ഥാനമൂലകങ്ങളായ ജലവും അഗ്നിയും കൊണ്ടാണെന്നായിരുന്നു. ഫ്ളോജിസ്റ്റോൺ സിദ്ധാന്തം തെറ്റാണെന്നു സമർത്ഥിക്കാൻ കഴിഞ്ഞതാണ് ഇത് വിപ്ലവകരമായ കണ്ടുപിടുത്തമെന്നു പറയാൻ കാരണം. ഭാരത്തിൽ വ്യത്യാസമുണ്ടാകുന്നത് വായുവിന്റെ ഒരു ഭാഗം ആഗിരണംചെയ്യപ്പെടുകും ആസിഡ് ബാഷ്പത്തിനൊപ്പം ബന്ധനത്തിലാവുകയുംചെയ്യുന്നു എന്ന് സംശയലേശമെന്യേ അദ്ദേഹത്തിന് മനസ്സിലായി. ആസിഡുകൾക്കുണ്ടാകുന്ന ഭാരലാഭം പോലെതന്നെയാണ് ലോഹങ്ങളുടെ കാൽസിനേഷൻ സമയത്തും നടക്കുന്നതെന്നും അദ്ദേഹം തെളിയിച്ചു.

ജ്വലനത്തെപ്പറ്റിയുള്ള കണ്ടുപിടിത്തം ഫ്ളോജിസ്റ്റോൺ സിദ്ധാന്തത്തിനു പകരം വയ്ക്കാൻ പറ്റുമോ എന്ന് അദ്ദേഹത്തിനു നിശ്ചയമില്ലായിരുന്നു. എന്നാൽ പുതിയ ജ്വലനസിദ്ധാന്തം ഒരു വൻ ചാട്ടമാണെന്നു നിശ്ചയമുണ്ടായിരുന്നു.

1773 ൽ ലാവോയ്സർ തന്റെ മുഴുവൻ സമയവും ഫിക്സഡ് എയറിനെപ്പറ്റി പഠിച്ചു. അദ്ദേഹത്തിന്റെ ആദ്യബുക്കായ *ഫിസിക്കൽ ആൻഡ് കെമിക്കൽ എസെയ്സ്* പ്രസിദ്ധീകരിച്ചു.

എല്ലാ തെറ്റിദ്ധാരണകളും മാറി ജ്വലനത്തെപ്പറ്റിയുള്ള ഒരു പുതിയ സിദ്ധാന്തം അദ്ദേഹം കണ്ടുപിടിച്ചു. അങ്ങനെ രാസവിപ്ലവം അദ്ദേഹം തുടങ്ങിക്കഴിഞ്ഞു.

4

കെട്ടുകഥകൾ നശിപ്പിക്കുന്നു

ആയിരത്തിയെഴുനൂറ്റി എൺപതുകളിൽ ലാവോയ്സർ അദ്ദേഹത്തിന്റെ സുഹൃത്ത് പിയറി സൈമൺ ലാപ്ലേസും കൂടി ബാഷ്പരൂപീകരണവും വായുബന്ധനവും സംഭവിക്കുന്നതിൽ ചൂടിനുള്ള പങ്ക് (ഭാഗഭാഗിത്വം) എന്താണെന്ന് കണ്ടുപിടിക്കാൻ വളരെ പ്രധാനപ്പെട്ട ഗവേഷണം നടത്തി. ഇതിന്മേൽ നടത്തിയ സൈദ്ധാന്തികവും പ്രായോഗികവുമായ എല്ലാ കാര്യങ്ങളും *Memoir on Heat* എന്ന പ്രബന്ധത്തിലൂടെ ഭൗതികരസതന്ത്രത്തിൽ ലാവോയ്സറുടെ ആധികാരികത സ്ഥാപിക്കപ്പെട്ടു.

അക്കാഡമി മീറ്റിങ്ങിൽ, ഓക്സിജനിൽ ഹൈഡ്രജൻ കത്തിയാൽ ജലം ഉണ്ടാകുമെന്നുള്ള പ്രഖ്യാപനം സദസ്യരെ ഒന്നടങ്കം ഞെട്ടിക്കുകതന്നെ ചെയ്തു. കൂടാതെ ജലം ഒരു മൂലകമല്ലെന്നും രണ്ടു വാതകങ്ങളുടെ സങ്കലനമാണെന്നും പ്രഖ്യാപിച്ചു.

ലോഹനിർമ്മാണത്തിലെ കാൽസിനേഷൻ പ്രക്രിയയിൽ അടങ്ങിയിട്ടുള്ള രാസസിദ്ധാന്തങ്ങളും വിപ്ലവാത്മകമായിരുന്നു.

1783 ൽ മോൺട് ഗോൾഫിയർ സഹോദരന്മാർ തൊടുത്തുവിട്ട ചൂടുവായു നിറച്ച ബലൂൺ അന്നോനി ടൗണിൽ കോളിളക്കം സൃഷ്ടിച്ചു. ഈ സഹോദരന്മാരുടെ അവകാശവാദം അന്വേഷിക്കാൻ ഗവൺമെന്റ് ലാവോയ്സറെ ചുമതലപ്പെടുത്തി.

ഈ സമയം ലാവോയ്സർ ജലത്തെ അപഗ്രഥിച്ച് അതിലെ ഘടകവാതകങ്ങളെ കണ്ടുപിടിക്കാനുള്ള ശ്രമത്തിലായിരുന്നു. ഈ രണ്ടു വാതകങ്ങളിൽ ഒന്ന് ഭാരം കുറഞ്ഞതും കത്തുന്നതുമായിരുന്നു. ബലൂണുകളിൽ ചൂടുവായുവിനു പകരം ഭാരം കുറഞ്ഞ വാതകം നിറയ്ക്കാമെന്നും അങ്ങനെ പബ്ലിക് ട്രാൻസ്പോർട്ടിങ്ങിന് ഉപയോഗിക്കാമെന്നും കണ്ടെത്തി.

1785 ൽ ലാവോയ്സർ അക്കാഡമിയിൽ തന്റെ ഏറ്റവും ശ്രേഷ്ഠകൃതിയായ *Reflections on Flogiston* വായിച്ചു. ആ നിമിഷം മുതൽ പഴയ രസതന്ത്രത്തെ അദ്ദേഹം വിജയകരമായി ആക്രമിച്ചു തോല്പിച്ചു.

ഓക്സിജന്റെ കണ്ടുപിടിത്തം, സമകാലികരായ ശാസ്ത്രജ്ഞന്മാരിൽനിന്നും വ്യത്യസ്തമായി, ഓക്സിജന് ജ്വലനത്തിൽ നിർണ്ണായകമായ പങ്കുണ്ടെന്നു കണ്ടെത്തി. എങ്കിലും വർഷങ്ങൾക്കുശേഷം മാത്രമേ ജ്വലനത്തെ സംബന്ധിക്കുന്ന സിദ്ധാന്തങ്ങൾ രൂപീകരിക്കാൻ കഴിഞ്ഞുള്ളൂ.

ആസിഡുകളുടെ രൂപീകരണം, ശ്വസനം, ജ്വലനം ഇവയിലെല്ലാം ഓക്സിജന്റെ പങ്ക് അസന്ദിഗ്ദ്ധമായി തെളിയിച്ചു.

ആസിഡുകളുടെ അമ്ലത്വപത്തിനു കാരണവും ഓക്സിജന്റെ സാന്നിദ്ധ്യമാണെന്നു തെളിയിച്ചു. 1777 സെപ്തംബറിൽ ഓക്സിജൻ എന്ന വാക്കുതന്നെ ആദ്യമായി ഉപയോഗിച്ചത് ലാവോയ്സർ ആയിരുന്നു.

പ്രീസ്റ്റിലി 1774 നവംബറിൽ പാരീസ് സന്ദർശിച്ചു. ലാവോയ്സറുമായി ആഹാരം കഴിച്ചുകൊണ്ടിരുന്നപ്പോൾ, പ്രീസ്റ്റിലി പറഞ്ഞു, മെർക്കുറിയുടെ ചെമപ്പു നിറമുള്ള അവക്ഷിപ്തത്തിൽനിന്നും ജനിച്ച വായുവിന് ചില പ്രതീക്ഷിക്കാത്ത ഗുണങ്ങളുണ്ടെന്ന്. തത്സമയം ലാവോയ്സർ പ്രീസ്റ്റിലിയെ വാനോളം പുകഴ്ത്തി. ഫിസിക്സിനും കെമിസ്ട്രിക്കും മാത്രമേ ഗവേഷണങ്ങളിൽ കൈകോർക്കാൻ സാധിക്കൂ എന്ന്. പ്രീസ്റ്റിലി ഊർജ്ജതന്ത്രജ്ഞൻ ആയിരുന്നു.

ലാവോയ്സർ, മെർക്കുറിയുടെ അവക്ഷിപ്തത്തിൽനിന്നും ഉണ്ടായ വായുവിൽ കൂടുതൽ ഗവേഷണം നടത്തി. അത് ശുദ്ധമായ ഓക്സിജൻ (വായു) എന്ന് അദ്ദേഹത്തിന് മനസ്സിലായി.

വായുവിന്റെ മൂല്യഘടകം ഓക്സിജനാണെന്ന് ലാവോയ്സറല്ല, പ്രീസ്റ്റിലിയാണ് കണ്ടെത്തിയത്. എങ്കിലും രസതന്ത്രത്തിനുവേണ്ടി വളരെ ഗണനീയമായ സൈദ്ധാന്തിക കാര്യങ്ങൾ മനസ്സിലാക്കിയത് പ്രീസ്റ്റിലി ആയിരുന്നില്ല. ലാവോയ്സർ ആയിരുന്നു.

പ്രീസ്റ്റിലി ഫ്ളോജിസ്റ്റോൺ ഭക്തനും ലാവോയ്സർ ഫ്ളോജിസ്റ്റോൺ നിഷേധിയും ആയിരുന്നു. 1775 അവസാനത്തോടെ ലാവോയ്സർ മാത്രമല്ല മറ്റനേകം പേരും ഫ്ളോജിസ്റ്റോണിന്റെ മരണം സമയത്തിന്റെ ആവശ്യമായിരുന്നു എന്നു ചിന്തിച്ചു.

രണ്ടോ അതിൽക്കൂടുതലോ വ്യത്യസ്ത വാതകങ്ങൾ— വ്യത്യസ്ത രാസഗുണങ്ങളും വ്യത്യസ്ത ഭാരങ്ങളുമുള്ള വായു എന്ന ഏകാത്മകത മിശ്രിതമായി വായുവിൽ ഒന്നായി കഴിയുന്നു എന്നത് പ്രീസ്റ്റിലിയിൽ കൗതുകമുയർത്തിയില്ലെങ്കിലും ലാവോയ്സറെ ഇത് അലട്ടുക തന്നെ ചെയ്തു.

ഓക്സിജന്റെ ഗുണങ്ങൾ ഏറെക്കുറെ ലാവോയ്സർക്കു പരിചിത

മായിരുന്നതിനാൽ, ആസിഡ് രൂപീകരണം, ശ്വസനം, ജ്വലനം എന്നീ പ്രക്രിയകളിൽ ഓക്സിജന്റെ പങ്ക് കണ്ടുപിടിക്കാനുള്ള മാർഗ്ഗങ്ങൾ കണ്ടെത്തി.

ആസിഡുകളുടെ അമ്ലത്വത്തിന് കാരണവും ഓക്സിജന്റെ സാന്നിദ്ധ്യമാണെന്ന് തെളിയിച്ചു. 1777 സെപ്തംബറിൽ ഓക്സിജൻ എന്ന വാക്കു തന്നെ ആദ്യമായി ഉപയോഗിച്ചത് ലാവോയ്സർ ആയിരുന്നു. നൈട്രസ് ആസിഡിന്റെ ഗുണങ്ങളെല്ലാം നിരത്തിയിട്ട് ആസിഡുകളുടെ പൊതുവായ ഗുണങ്ങളായി പ്രഖ്യാപിച്ചു. ഓക്സിജൻ എന്ന വാക്കിന്റെ അർത്ഥം തന്നെ ആസിഡുകളെ ജനിപ്പിക്കുന്നതാണ് എന്ന് അദ്ദേഹത്തിന്റെ ഓർമ്മക്കുറിപ്പിൽ എഴുതി.

ലാവോയ്സർ സഭ്യമായ പെരുമാറ്റത്തിന്റെ ഉടമയായിരുന്നു എങ്കിലും ഫ്ളോജിസ്റ്റോൺ സിദ്ധാന്തത്തോടും വിശ്രുതനായ ഊർജ്ജതന്ത്രജ്ഞൻ പ്രീസ്റ്റിലിയുടെ കാഴ്ചപ്പാടിനോടും ഒരു വിട്ടുവീഴ്ചയും കാണിച്ചിരുന്നില്ല.

ശ്വസനത്തിൽ വായുവിന്റെ പങ്കിനെപ്പറ്റിയുള്ള പ്രീസ്റ്റിലിയുടെ സിദ്ധാന്തപരമായ വിശദീകരണത്തെ, ലാവോയ്സർ തന്റെ Experiments on Animal respiration and the changes air undergoes in passing thro' lungs ജന്തുക്കളുടെ ശ്വസനത്തെപ്പറ്റിയുള്ള പരീക്ഷണങ്ങളും ശ്വാസകോശങ്ങളിൽക്കൂടി വായു കടന്നുപോകുമ്പോൾ സംഭവിക്കുന്ന മാറ്റങ്ങളും— എന്ന പ്രബന്ധത്തിൽ വിമർശിച്ചു. ഈ വിമർശനം ശ്വസനത്തിൽ ഓക്സിജന്റെ പങ്കിനെപ്പറ്റിയുള്ള ഉത്തമവിശ്വാസത്തിന്റെയും ഫ്ളോജിസ്റ്റോൺ സിദ്ധാന്തത്തെയും നിരാകരിക്കുന്നതിന്റെയും തെളിവായിരുന്നു.

ശ്വസനത്തിൽ ഫ്ളോജിസ്റ്റോൺ (കാർബൺ ഡയോക്സൈഡ്) ആണ് രക്തത്തെ കറുപ്പിക്കുന്നതെന്നും ശ്വാസകോശങ്ങളിൽ വച്ച് ഈ രക്തം ഫ്ളോജിസ്റ്റോണിനെ നീക്കംചെയ്ത് ജീവചൈതന്യം ഉണ്ടാക്കുന്നുവെന്നും ഉള്ള പ്രീസ്റ്റിലിയുടെ അവകാശവാദങ്ങളെ ലാവോയ്സർ "വിനാശകരമായ തെറ്റാണെ"ന്ന് വിശ്വസിച്ചു. ശ്വസനയോഗ്യമായ വായുവിനെ രക്തം സ്വീകരിച്ച് ശരീരത്തിന്റെ മറ്റുഭാഗങ്ങളിലേക്ക് അയക്കുന്നതുകൊണ്ടാണ് ശ്വാസകോശങ്ങളിലെ രക്തം തിളക്കമുള്ളതായി കാണുന്നതെന്ന് ലാവോയ്സർ വിശ്വസിച്ചു. എന്നിരുന്നാലും തന്റെ സിദ്ധാന്തത്തിന്റെ പ്രാഥമിക ഘട്ടത്തിൽപോലും ലാവോയ്സർ, പ്രീസ്റ്റിലിയുടെ അനുഭവസിദ്ധമായ കണ്ടെത്തലുകൾ സ്വീകരിക്കുകയും അദ്ദേഹത്തിന്റെ സൈദ്ധാന്തിക വ്യാഖ്യാനങ്ങൾ തള്ളിക്കളയുകയും ചെയ്തു.

1777 ൽ ഫ്ളോജിസ്റ്റോൺ സിദ്ധാന്തത്തിനെതിരായി അക്കാഡമിയിൽ "ജ്വലനത്തിന്റെ പൊതു സ്വഭാവത്തിന്റെ വൃത്താന്തക്കുറിപ്പ്" (*Memoir on the General Nature of Combustion*)അവതരിപ്പിച്ചുകൊണ്ട് ആഞ്ഞടിച്ചു.

ലാവോയ്സർ ജ്വലന സിദ്ധാന്തത്തിന്റെ നാല് അടിസ്ഥാനനിയമങ്ങളും അവതരിപ്പിച്ചു. അതിലെ വസ്തുതകൾ,

1. ജ്വലനം സംഭവിക്കുന്നത് ശുദ്ധമായ വായുവിൽ മാത്രമാണ്.

2. ജ്വലനത്തിന്റെ ഫലമായി അഗ്നി അല്ലെങ്കിൽ പ്രകാശത്തോടൊപ്പമാണ്.

3. ജ്വലനത്തോടൊപ്പം ശുദ്ധവായു വിഘടിച്ച്, ജ്വലിക്കുന്ന വസ്തുവിന്റെ ഭാരം വർദ്ധിപ്പിക്കുന്നു.

4. ജ്വലനഫലമായി ജ്വലിക്കുന്ന (കത്തുന്ന) വസ്തു ഒരാസിഡായി തീരുന്നത്, ജ്വലനത്തെ വർദ്ധിപ്പിക്കുന്ന വസ്തുവിന്റെ സങ്കലനംമൂലമാണ്.

അങ്ങനെ Stahl ന്റെ ഫ്ളോജിസ്റ്റോൺ സിദ്ധാന്തം ലാവോയ്സർ തട്ടിത്തകർത്തു.

ലാവോയ്സറുടെ ജ്വലനസിദ്ധാന്തത്തെ സമകാലീനരായിരുന്ന മിക്കവാറും എല്ലാ ശാസ്ത്രജ്ഞന്മാരും ഒരു വിപ്ലവമായിട്ടാണ് കണ്ടത്. അങ്ങനെ ഫ്രഞ്ച് ശാസ്ത്രജ്ഞന്മാർക്കിടയിൽ സജീവമായ ചർച്ചകൾ നടന്നു. പിന്നീട് ഫ്രഞ്ച് ശാസ്ത്രജ്ഞന്മാർ ഒരു ചേരിയിലും ജർമ്മൻ ഇംഗ്ലീഷ് ശാസ്ത്രജ്ഞന്മാർ ഫ്ളോജിൻ തിയറിയെ പിന്താങ്ങിക്കൊണ്ട് എതിർചേരിയിലും നിന്ന് ചർച്ചകൾ നടന്നു. രസതന്ത്രത്തിന് ഒരു പുതിയ വ്യവസ്ഥയ്ക്കായി ലാവോയ്സർ ശ്രമം തുടങ്ങി. ആധുനികരസതന്ത്ര കാലഘട്ടത്തെ നിർമ്മിക്കുന്ന ജോലി 1783 ൽ തുടങ്ങി 1789 ൽ Traite Elementaire de chimie യുടെ പ്രസിദ്ധീകരണത്തോടുകൂടിയാണ് പരിപൂർണ്ണമായത്. ആറുവർഷം കൊണ്ട് പഴയ രസതന്ത്രത്തെ വിസ്മൃതിയിലാക്കി ലാവോയ്സർ ആധുനികരസതന്ത്രത്തിന്റെ അദ്വിതീയനായ സ്ഥാപകനായും ഉദയംചെയ്തു.

ജലത്തിന്റെ ഘടന യുക്ത്യാനുസാരം പ്രകടിപ്പിച്ചതിനുശേഷം 1783 ൽ പുത്തൻ രസതന്ത്രത്തിനുവേണ്ടിയുള്ള സമരം ആരംഭിച്ചു.

ഹൈഡ്രജൻ ഓക്സിജനിൽ കത്തി ജലമുണ്ടാകുമെന്ന് പല ശാസ്ത്രജ്ഞരും മനസ്സിലാക്കിയിരുന്നു. വിശ്വസിച്ചിരുന്നു. അവർക്കൊന്നും അതെങ്ങനെ സംഭവിക്കുന്നു, അതിലെ രസതന്ത്രമെന്ത്, ഇക്കാര്യങ്ങളൊന്നും വിശദീകരിക്കാൻ കഴിഞ്ഞിരുന്നില്ല. അതുപോലെ പ്രീസ്റ്റിലിയും തന്റെ പരീക്ഷണങ്ങൾ പ്രസിദ്ധപ്പെടുത്തിയില്ല. സ്റ്റീം എൻജിൻ കണ്ടുപിടിച്ച ജയിംസ് വാട്ട്, ഹെൻട്രി കാവൻഡിഷ് ഇവരാരുംതന്നെ അവരുടെ പരീക്ഷണങ്ങൾ വെളിപ്പെടുത്തിയില്ല.

ലാവോയ്സർ ഒരടികൂടി നീട്ടി ചവിട്ടി. ചുട്ടുപഴുത്ത തോക്കിൻകുഴലിൽക്കൂടി നീരാവി കടത്തിവിട്ട് ഹൈഡ്രജനെയും അയൺ ഓക്സൈഡിനെയും ഉല്പന്നങ്ങളാക്കി (തോക്കിൻബാരൽ ഇരുമ്പുനിർമ്മിതമാണ്).

പിന്നീട് ഒരു പുതിയതരം ഉപകരണം ഉപയോഗിച്ച് ഹൈഡ്രജനെയും ഓക്സിജനെയും ഒരുമിച്ചുകത്തിച്ചപ്പോൾ ശുദ്ധജലം ഉണ്ടായി. അങ്ങനെയുണ്ടായ വെള്ളത്തിന്റെ ഭാരം ഉപയോഗിച്ച് രണ്ടു വാതകങ്ങളുടെയും

ഭാരത്തിന് തുല്യമാണെന്നും സമർത്ഥിച്ചു.

വൻതോതിൽ ജലവിഘടനം നടത്തി ഉണ്ടാക്കുന്ന ഹൈഡ്രജൻ വാതകം ബലൂണുകളിൽ നിറയ്ക്കുന്നത് ജനങ്ങൾക്കിടയിൽ പ്രചരിപ്പിക്കാൻ വേണ്ടിയായിരുന്നു. ഇക്കാര്യത്തിൽ ലൂയി പതിനഞ്ചാമൻ രാജാവിന്റെ കല്പനയും ഉണ്ടായിരുന്നു. വൻതോതിൽ ഹൈഡ്രജൻ നിർമ്മാണം സാദ്ധ്യമാകുന്നത് ഒരു പ്രശ്നമായിരുന്നു. 1784 ൽ ഒരു യുവ മിലിട്ടറി എഞ്ചിനീയറായ മെസ്നിയ (Mensniuer) റുടെ സഹായത്താൽ ഒരു മാർഗ്ഗം കണ്ടുപിടിച്ചു. 1785 ൽ അന്നത്തെ പ്രമുഖ ശാസ്ത്രജ്ഞരെയും രാജകുടുംബത്തെയും സാക്ഷികളാക്കിക്കൊണ്ട് തന്റെ ചരിത്രപരമായ പരീക്ഷണം ''*ജലത്തിന്റെ അപഗ്രഥനവും സംശ്ലേഷണവും* (The Analysis and Synthesis of Water) ചെയ്തു. പരീക്ഷണം രണ്ടു ദിവസങ്ങളിലേക്കു നീണ്ടു. ജലം ഒരു മൂലകം (element) അല്ല, ഓക്സിജൻ ഒരു കത്തുന്ന മൂലകമായി ചേർന്ന ഒരു സംയുക്തമാണ് ജലമെന്നു മനസ്സിലായപ്പോൾ സദസ്യരെല്ലാം അത്ഭുതപരതന്ത്രരായി. ഈ കത്തുന്ന വാതകത്തിന് ലാവോയ്സർ ഒരു പേരിട്ടു– ഹൈഡ്രജൻ. ഇതൊരു ഗ്രീക്ക് പദമാണ്: അർത്ഥം ജലത്തെ ഉണ്ടാക്കുന്നത് (Hydro = water, gen= ജനിപ്പിക്കുന്നത്)

ലാവോയ്സറുടെ പരീക്ഷണാടിസ്ഥാനത്തിലുള്ള തെളിവു കണ്ടിട്ട് ധാരാളം ശാസ്ത്രജ്ഞന്മാർ Stahl ന്റെ ഫ്ളോജിസ്റ്റോൺ തിയറി ഉപേക്ഷിച്ച് പുതിയ രസതന്ത്രത്തിലേക്കു മാറി. ആദ്യം രംഗത്തുവന്നത് പ്രതിഭാശാലികളായ ബെർത്തലട്ട് (Berththolet), ഫോർക്രോയ് (Fourcroy), ജീൻ ചാപ്റ്റൽ (Jean Chaptel), ഗൈടൻ ഡി മോർവിയോ (Gayton de Morveau) തുടങ്ങിയവരായിരുന്നു.

ജെയിംസ് വാട്ട്, പ്രീസ്റ്റിലി, കാവൻഡിഷ് തുടങ്ങിയവർ തങ്ങളുടെ ആശയങ്ങളാണ് ലാവോയ്സർ ഉപയോഗിച്ചതെന്നും ഹ്ളോജിസ്റ്റോൺ തിയറി ജലനിർമ്മാണത്തിലടങ്ങിയിട്ടുണ്ടെന്നും വാദിച്ചു. പക്ഷേ, ലാവോയ്സർ തന്റെ പരീക്ഷണത്തിൽ ഉറച്ചു നിന്നുകൊണ്ട് ഫ്ളോജിസ്റ്റോൺ തിയറി നിരാകരിച്ചു.

വാസ്തവത്തിൽ കണ്ടുപിടിത്തം ജെയിസ് വാട്ട്, കാവൻഡിഷ്, പ്രീസ്റ്റിലി ഇവർ മൂന്നുപേരോടും കുറച്ച് കടപ്പെട്ടിരുന്നു. ലാവോയ്സറുടെ മഹായജ്ഞത്തിന്റെ പ്രാധാന്യം പരീക്ഷണപരമായതിൽ മാത്രമായിരുന്നില്ല– മറ്റുള്ളവരും അതൊക്കെ ചെയ്തിരുന്നു; പിന്നെയോ അതിന്റെ വ്യാഖ്യാനത്തിലായിരുന്നു. അതേ പരീക്ഷണത്തിൽത്തന്നെ കാവൻഡിഷ് തെറ്റായി അനുമാനിച്ചത്, കത്തുന്ന വായു (വാതകമായ ഹൈഡ്രജൻ) യഥാർത്ഥത്തിൽ ഫ്ളോജിസ്റ്റോൺ ചേർന്ന ജലമാണെന്നും ഡി ഫ്ളോജിസ്റ്റേറ്റഡ് വായു (ഓക്സിജൻ) വുമായി ചേരുമ്പോഴും ജലമാണുണ്ടാകുന്നതെന്നും ആയിരുന്നു. ലാവോയ്സർക്ക് ഒരുകാര്യം മനസ്സിലായിരുന്നു,

രണ്ടു മൂലകങ്ങൾ ചേർന്നാൽ ഒരു സംയുക്തം ഉണ്ടാകുമെന്നതിനാൽ ഫ്ളോജിസ്റ്റോൺ സിദ്ധാന്തത്തെ തല്ക്ഷണം നിരാകരിച്ചു.

1785 ജൂലൈ 13-ാം തീയതി അക്കാഡമി മുമ്പാകെ സമർപ്പിച്ച പ്രബന്ധത്തിൽ ലാവോയ്സർ തന്റെ വായനക്കാരോട് യാചിച്ചു, എല്ലാ മുൻവിധികളിൽ നിന്നും സ്വതന്ത്രരാകാനും യാഥാർത്ഥ്യങ്ങളെ അംഗീകരിക്കാനും, Stahlനും മുന്നേയുള്ളവരായിരുന്നു തങ്ങളെന്നു ചിന്തിക്കാനും, കഴിയുമെങ്കിൽ ഒരു നിമിഷം എല്ലാം മറന്ന് തന്റെ സിദ്ധാന്തം എന്നും നിലനില്ക്കുന്നതാണെന്നും വിശ്വസിക്കുക. അങ്ങനെ തന്റെ വായനക്കാർ യഥാർത്ഥമായതിനെ ഉൾക്കൊള്ളാൻ അജ്ഞരായിത്തീരാൻ അഭ്യർത്ഥിച്ചു.

5

പുതിയ രാസഭാഷ

ഫ്ളോജിസ്റ്റോൺ സിദ്ധാന്തം ലാവോയ്സർ ഖണ്ഡിതമായി നിരാകരിച്ചതിൽ സിദ്ധാന്തം പിന്താങ്ങിയവർക്കിടയിൽ യൂറോപ്പിലാകമാനം വലിയ കോളിളക്കമുണ്ടായി. സാധാരണ സംഭവിക്കുംപോലെതന്നെ, ആദ്യമൊക്കെ ഫ്ളോജിസ്റ്റോൺതിയറി പിന്താങ്ങിയിരുന്ന ശാസ്ത്രജ്ഞന്മാരുടെ ഇടയിലും തെറ്റായ സിദ്ധാന്തത്തെ പിന്തുണച്ചതോർത്ത് അസന്തുഷ്ടി നിലനിന്നു. ബെർലിനിൽ കോപാകുലരായ ജനക്കൂട്ടം ലാവോയ്സറുടെ കോലം കത്തിച്ചു. കാരണം ഫ്ളോജിസ്റ്റോൺ തിയറിയുടെ സ്ഥാപകനായ സ്റ്റാഹ്ൾ (Stahl) ഒരു ജർമ്മൻ ആയിരുന്നതിനാലും, കൂടാതെ ജർമ്മനിക്ക് അഭിമാനക്ഷതം പറ്റിയെന്നുള്ള ധാരണയാലും ആയിരുന്നു.

അന്നുവരെ രസതന്ത്രത്തിൽ നിലനിന്നിരുന്ന പേരുകളും നാമകരണരീതികളും പഴഞ്ചനും വ്യവസ്ഥാപിതമല്ലാത്തതുമായിരുന്നു.

1787 ൽ ലാവോയ്സർ അക്കാഡമി ഓഫ് സയൻസിൽ 'രാസനാമകരണം പരിഷ്കരിക്കേണ്ടതിന്റെയും മെച്ചപ്പെടുത്തേണ്ടതിന്റെയും ആവശ്യകതയെ'പ്പറ്റി ഒരു പ്രഭാഷണം നടത്തി. രസതന്ത്രഭാഷാ പരിഷ്കാരത്തിനുള്ള അദ്ദേഹത്തിന്റെ നയം വ്യക്തമാക്കാനും എല്ലാ ശാസ്ത്രജ്ഞന്മാരെയും പുതിയ സിദ്ധാന്തങ്ങളും രീതികളും ബോദ്ധ്യപ്പെടുത്തി സ്വീകരിക്കാൻ നിർബ്ബന്ധിക്കാനുമായിരുന്നു.

ഈ ചരിത്രപ്രധാനമായ കഠിന ജോലിയിൽ ഗൈറ്റൺ ഡി മോർവെ (Guyton de Morveau), അന്റോയ്ൻ ഫ്രാൻകോയ്സ് ഫോർക്രോയ് (Antonie Francois Fourcroy), ക്ലോഡ് ലൂയി ബർത്തോലറ്റ് (Cloud Louis Berthollet) തുടങ്ങിയവരും ചേർന്നു.

പരിഷ്കർത്താക്കൾ, പുതിയ ഭാഷയുടെ അടിസ്ഥാനം ഗ്രീക്ക് ആയി

രിക്കണമെന്നും നിശ്ചയിച്ചു. ലാറ്റിൻ ഭാഷ അവർ തിരസ്കരിക്കുകതന്നെ ചെയ്തു. രണ്ടിനും കാരണങ്ങളുണ്ടായിരുന്നു. ഈ പ്രയ്തനങ്ങളിലെല്ലാം മാർഗ്ഗദർശനം നല്കിയത് ഫ്രഞ്ച് ഫിലോസഫർ ആബെ ഡി കോണ്ടിലാക് (Abbe de Condillac) ആയിരുന്നു. കോണ്ടിലാക്കിന്റെ അഭിപ്രായത്തിൽ ശാസ്ത്രജ്ഞന്മാർ എല്ലായ്പ്പോഴും പരീക്ഷണനിരീക്ഷണങ്ങളെ പരിശോധിക്കണമെന്നായിരുന്നു. പരീക്ഷണരീതിയാണ് ഒരുവിവേകപൂർവ്വമായ ഭാഷാ നിർമ്മിതിയുടെ അടിസ്ഥാനമെന്നും, ശാസ്ത്രഭാഷയിൽ ശാസ്ത്രം താർക്കികമായിരിക്കണമെന്നും അദ്ദേഹം ഉപദേശിച്ചു.

ഓക്സിജനും ഹൈഡ്രജനും നാമകരണം ചെയ്തതുപോലെ മറ്റു രാസവസ്തുക്കൾക്കും രാസനാമങ്ങൾ വേണമെന്ന് ലാവോയ്സർക്ക് നിർബ്ബന്ധമുണ്ടായിരുന്നു. ഓരോ പദാർത്ഥവും ഉണ്ടായിരിക്കുന്ന അടിസ്ഥാന കണങ്ങളെപ്പറ്റിയുള്ള സൂചനയെങ്കിലും വേണമെന്ന് അദ്ദേഹം ശഠിച്ചു. ഉദാഹരണത്തിന് ഓയിൽ ഓഫ് വിട്രിയോൾ സൽഫ്യൂറിക് ആസിഡെന്നും, അക്വാഫോർട്ടിസ് നൈട്രിക് ആസിഡെന്നും പേരുകൾ മാറി. കൂടാതെ ആഴ്സെനിക് സംയുക്തങ്ങൾക്ക് ആൽക്കെമിസ്റ്റുകൾ (രാസവാദികൾ), നല്കിയ പേര് ഉദാഹരണമായി 'ബട്ടർ ഓഫ് ആഴ്സെനിക്' ഈ ആഴ്സെനിക്ക് സംയുക്തത്തിൽ ആഴ്സെനിക്കിനൊപ്പം കോപ്പറും ഹൈഡ്രജനുമാണുള്ളത്. മറ്റൊരുദാഹരണം ഷീലേസ്ഗ്രീൻ. ഇതിലെ ഘടകങ്ങൾ ഹൈഡ്രജനും ക്ലോറിനുമാണ്. അങ്ങനെ നിഗൂഢമായ പല പേരുകളും മാറ്റി. (മേല്പറഞ്ഞ പേരുകളിലൊന്നും തന്നെ ഘടകമൂലകങ്ങളുടെ പേരുകൾ ധ്വനിക്കുന്നില്ല). അങ്ങനെ അന്നറിയപ്പെട്ടിരുന്ന എല്ലാ സംയുക്തങ്ങൾക്കും അവയുടെ പേരിൽ നിന്നുതന്നെ ഘടകമൂലകങ്ങളെ തിരിച്ചറിയത്തക്കവണ്ണമുള്ള പേരുകൾ നല്കി നിഗൂഢമായ ആൽക്കെമി പേരുകൾ ഉപേക്ഷിച്ചു.

ഒരു സംയുക്തം ഉണ്ടാക്കപ്പെട്ടിരിക്കുന്ന ഓരോ മൂലകവും ഏതാണെന്നറിയണമായിരുന്നു. അതിനുള്ള ആദ്യപടിയായി മൂലക(element)ത്തിനുള്ള നിർവ്വചനം ചമച്ചു. ഒരു മൂലകം എന്നത് വിഭജിക്കപ്പെടാനാകാത്ത വസ്തു ആണെന്നും അങ്ങനെയുള്ള, അന്നറിയപ്പെട്ടിരുന്ന 55 വസ്തുക്കളുടെ ഒരു പട്ടികയും തയ്യാറാക്കി. അതിൽ ഓക്സിജൻ, ഹൈഡ്രജൻ, കാർബൺ, ക്ലോറിൻ, സ്വർണ്ണം, വെള്ളി, ചെമ്പ് തുടങ്ങി ഇന്ന് നമുക്കറിയാവുന്ന മൂലകങ്ങളുണ്ടായിരുന്നു. ഈ പട്ടികയുടെ കൂടെ പ്രകാശത്തെയും ചൂടിനെയും (light & heat) ഉൾപ്പെടുത്തി. (അക്കാലത്തെ ധാരണയനുസരിച്ച് പ്രകാശം കണങ്ങളുടെ– കോർപ്പസിൽസിന്റെ കൂട്ടമാണെന്നും ചൂട് ഒരു ഭാരമില്ലാത്ത ഫ്ളൂയിഡാണെന്നും അങ്ങനെ പ്രകാശത്തെയും ചൂടിനെയും വീണ്ടും വിഭജിക്കാൻ പറ്റാത്താണെന്നും അതിനാൽ പ്രകാശവും ചൂടും മൂലകങ്ങളാണെന്നും വിശ്വസിച്ചു.) രാസവസ്തുക്കളുടെ നാമകരണം ഒരു വിപ്ലവകരമായ പദ്ധതിയായിരുന്നു. അങ്ങനെ ശാസ്ത്രജ്ഞന്മാർ പാരമ്പര്യഭാഷ മറന്നു.

ലാവോയ്സറുടെ സമകാലീന ശാസ്ത്രജ്ഞന്മാരായിരുന്ന ഷീലെ,

AN

ESSAY

ON

COMBUSTION,

WITH A VIEW TO A

NEW ART

OF

DYING AND PAINTING.

WHEREBY

THE PHLOGISTIC AND ANTIPHLOGISTIC HYPOTHESES ARE PROVED ERRONEOUS.

By Mrs. FULHAME.

എസ്സെ ഓൺ കമ്പസ്റ്റ്യൻ

കാവൻഡിഷ്, പ്രീസ്റ്റിലി ഇവർക്കൊന്നും ഇത് ദഹിച്ചിരുന്നില്ല. മഹാശാസ്ത്രജ്ഞൻ ജോസഫ് പ്രീസ്റ്റിലി കുറെ നാളത്തേക്ക് ഫ്ളോജിസ്റ്റോൺ സിദ്ധാന്തത്തെ മാറോടണച്ചെങ്കിലും 1786 ൽ അദ്ദേഹം ലാവോയ്സറുടെ പുതിയ രസതന്ത്രത്തിലേക്ക് ചേക്കേറി.

എന്നാൽ പുതുതലമുറ ശാസ്ത്രജ്ഞന്മാർ ഈ രാസവിപ്ലവത്തെ

തല്ക്ഷണം നെഞ്ചിലേറ്റി. പുതു രാഷ്ട്രമായി രൂപം കൊണ്ട അമേരിക്കയിൽനിന്നുള്ള ഒരു വനിതാ ശാസ്ത്രജ്ഞ എലിസബത്ത് ഫുൾഹാം (Elizabeth Fulhame) 1794 ൽ പ്രസിദ്ധീകരിച്ച പ്രബന്ധമായ *എസ്സെ ഓൺ കമ്പസ്റ്റ്യനിൽ* (Essay on Combustion) ലാവോയ്സറുടെ രാസനാമകരണം സ്വീകരിച്ചിരുന്നു. ലാവോയ്സറെ പിന്തുണച്ചവർ നടത്തിയ ഒരു നാടകത്തിൽ മേരി ആൻ ഒരു രാജകുമാരിയായി പ്രത്യക്ഷപ്പെട്ട് സ്റ്റാഹ്ലിന്റെയും ബെച്ചർന്റെയും (Stahl & Becher)ലേഖനങ്ങളെല്ലാം ഒരു പീഠത്തിൽ വച്ച് അഗ്നിക്കിരയാക്കി.

6

പുതിയ രസതന്ത്രവിപുലീകരണം

ആയിരത്തിയെഴുനൂറ്റി എഴുപതുകളിൽ ജലത്തിന്റെ ഘടന, പുതിയ രസതന്ത്രത്തിന്റെ വിപുലീകരണം എന്നീ പ്രവർത്തനങ്ങൾക്കു പുറമെ വിഭിന്നങ്ങളായ ശാസ്ത്രവിനോദയാത്രകളിലും സജീവമായി പങ്കെടുത്തു.

സയൻസ് അക്കാഡമിയുടെ പ്രകൃതിവിഭവങ്ങൾ കൂടാതെ ആധുനിക രസതന്ത്രത്തിന്റെ ഉൾക്കാഴ്ചയോടെ വെടിമരുന്നിന്റെ അവശ്യഘടകമായ നൈട്ടറിന്റെ ഗുണവും ഉല്പന്നത്തിന്റെ അളവും വർദ്ധിപ്പിക്കാനുള്ള യത്നത്തിൽ മുഴുകുക. കൂടാതെ ഗവൺമെന്റ് വെടിമരുന്നു ഫാക്ടറിയുടെ ചുമതലയും ഏറ്റെടുക്കാൻ രാജാവ് ആവശ്യപ്പെട്ടിരുന്നു. ഈ ജോലി ഏറ്റെടുത്ത വർഷംതന്നെയായിരുന്നു അദ്ദേഹത്തിന്റെ പിതാവ് മരിച്ചത്. ഒരു നല്ല സുഹൃത്തുകൂടിയായിരുന്ന പിതാവിന്റെ മരണം അദ്ദേഹത്തെ തളർത്തി.

വെടിമരുന്നിലെ ഘടകങ്ങളായ നൈട്ടർ, കരി, സൾഫർ ഇവ പൊടിച്ചു ഒരു ഇടുങ്ങിയ പാത്രത്തിൽവച്ച് കത്തിച്ചാൽ വായുവിന്റെ അസാന്നിദ്ധ്യത്തിലും പെട്ടെന്നുതന്നെ കത്തുമായിരുന്നു. ഇതിന്റെ രഹസ്യം നേരത്തെ തന്നെ ലാവോയ്സർ മനസ്സിലാക്കിയിരുന്നു. നൈട്ടറിലുള്ള ഓക്സിജനായിരുന്നു കത്തുന്നതിന് ഉപയോഗിക്കപ്പെട്ടത്. സോൾട്ട് പീറ്റർ എന്നറിയപ്പെട്ടിരുന്ന നൈട്ടർ ലായനി പരലാക്കിയാണ് ഉപയോഗിച്ചിരുന്നത്. സ്വകാര്യ നിർമ്മാതാക്കളും വെടിമരുന്നു നിർമ്മാണം നടത്തി സമ്പന്നരായിരുന്നു.

സർക്കാർ തലത്തിൽ ഇന്ത്യയിൽ നിന്നും ഡച്ചുകാർ ഇറക്കുമതി ചെയ്ത നൈട്ടർ വൻവില കൊടുത്താണ് വാങ്ങിയിരുന്നത്. ഈ പ്രതിസന്ധി തരണംചെയ്യാൻ ഫ്രാൻസിൽത്തന്നെ നൈട്ടർ നിർമ്മാണത്തിനുള്ള ഒരു പദ്ധതി ലാവോയ്സർ നടപ്പിലാക്കിയത് വൻ വിജയമായിരുന്നു.

നൈട്ടർ നിർമ്മാണത്തിന് ഒന്നുകൂടി മെച്ചപ്പെട്ട ഒരു മാർഗ്ഗം തന്റെ പരീക്ഷണത്വര മൂലം ലാവോയ്സർ കണ്ടുപിടിച്ച് ഫ്രഞ്ച് ജനതയെ സജ്ജരാക്കി. ഇങ്ങനെയൊരു നയം സ്വീകരിച്ചതിനാൽ 1777 ൽ അമേരിക്കയ്ക്കുപോലും നൈട്ടർ വില്ക്കുവാൻ ഫ്രഞ്ച് ഗവൺമെന്റിന് കഴിഞ്ഞു. ലാവോയ്സർ അഭിമാനത്തോടെ 1789 ൽ എഴുതി "വടക്കേ അമേരിക്കയുടെ സ്വാതന്ത്ര്യം ഫ്രഞ്ച് വെടിമരുന്നിനോട് കടപ്പെട്ടിരിക്കുന്നു."

കാർഷിക പരിഷ്കാരം

1775 നോടുകൂടി കൃഷിയുടെ അഭിവൃദ്ധിക്കുവേണ്ടി നൂതനമായ ശാസ്ത്രീയമാർഗ്ഗങ്ങളും സാങ്കേതികഎകളും ലാവോയ്സർ വികസിപ്പിച്ചു. ഒരു രസതന്ത്രജ്ഞനായതുകൊണ്ട് കൃഷിയുടെ സൈദ്ധാന്തികവും സാങ്കേതികവുമായ കാര്യങ്ങളിൽ വളരെ തീവ്രമായ താല്പര്യം ഉണ്ടായിരുന്നു.

ഫ്രെചിനെസിലെ ലോയർ താഴ്വരയിലുള്ള ലാവോയ്സറുടെ വയലേലയിൽ അദ്ദേഹം ഒമ്പതു വർഷങ്ങളോളം കാർഷിക ഗവേഷണങ്ങൾ നടത്തുകയായിരുന്നു. ഗവേഷണ നിഗമനങ്ങൾ അദ്ദേഹം പരസ്യമാക്കി. കൃഷി അഭിവൃദ്ധിപ്പെടണമെങ്കിൽ ശാസ്ത്രവും ഭരണകൂടവും യോജിക്കണമെന്നതായിരുന്നു ഖണ്ഡിതമായ അദ്ദേഹത്തിന്റെ അനുമാനം. എന്നാൽ അദ്ദേഹത്തിന്റെ നിർദ്ദേശങ്ങൾ വന്നത് വരാനിരിക്കുന്ന വിപ്ലവത്തിനു മുന്നോടിയായിട്ടുണ്ടായ രാഷ്ട്രീയ കലാപസമയത്തായിരുന്നതിനാൽ ഫലവത്തായില്ല.

നവീന രസതന്ത്രവ്യാപനം:

ഏറ്റവും ശ്രദ്ധേയമായ ശാസ്ത്രമാഗസിനായിരുന്നു. Roziers Journal de Physique. ലാവോയ്സറുടെ ആശയങ്ങളുടെ കടുത്ത എതിരാളി ആയിരുന്ന ലാമെതെറി (Lamatherie) 1785 ൽ മാഗസിന്റെ പത്രാധിപരായിത്തീർന്നു. ലാവോയ്സറും മറ്റു ഫ്ളോജിസ്റ്റോൺ വിരോധികളും കൂടി പുതിയ രസതന്ത്രത്തിന് പ്രചാരണം കിട്ടാൻ ഒരു പുതിയ മാർഗ്ഗം തുറന്നുകിട്ടാൻ നിർബ്ബന്ധിതരായി. 1789 ൽ ലാവോയ്സറുടെ ആനുകാലിക പ്രസിദ്ധീകരണമായ Annals de Chimie യുടെ ആദ്യലക്കം പ്രത്യക്ഷപ്പെട്ടു. പഴയ രസതന്ത്രത്തെ കുറ്റപ്പെടുത്തുന്നതിനും പുതിയതിനെ വ്യാപിപ്പിക്കുന്നതിനുമുള്ള ഒരു അമൂല്യസഹായി എന്നുതെളിയിക്കാനായിരുന്നു ഇത്.

ഇതേസമയംതന്നെ 1787ൽ *രാസനാമകരണരീതി* (Method of Chemical Noman clature) എന്ന പുസ്തകം പ്രസിദ്ധീകരിച്ചു. ഒരു വൻ ജനാവലിയെ ഈ പുസ്തകം വഴി പുതിയ രസതന്ത്രഭാഷയെ പരിചയപ്പെടുത്തി. ഈ പുസ്തകത്തിൽ ഉപക്രമമായി ലാവോയ്സറുടെ സംഭവസംക്ഷേപം (Memoir) രാസവസ്തുക്കളുടെ പുതിയ പേരുകൾ കണ്ടു

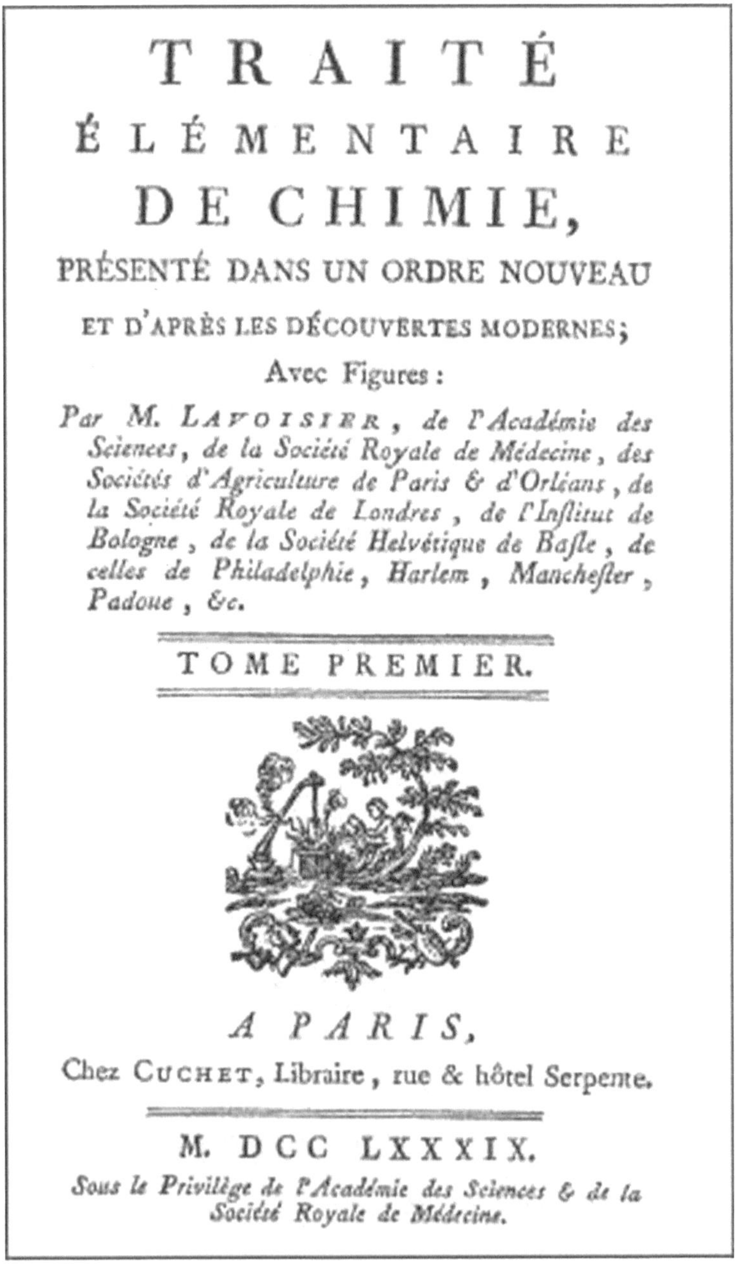

TRAITÉ
ÉLÉMENTAIRE
DE CHIMIE,
PRÉSENTÉ DANS UN ORDRE NOUVEAU
ET D'APRÈS LES DÉCOUVERTES MODERNES;
Avec Figures :

Par M. LAVOISIER, de l'Académie des Sciences, de la Société Royale de Médecine, des Sociétés d'Agriculture de Paris & d'Orléans, de la Société Royale de Londres, de l'Institut de Bologne, de la Société Helvétique de Basle, de celles de Philadelphie, Harlem, Manchester, Padoue, &c.

TOME PREMIER.

A PARIS,
Chez CUCHET, Libraire, rue & hôtel Serpente.

M. DCC LXXXIX.

Sous le Privilège de l'Académie des Sciences & de la Société Royale de Médecine.

Elelmentary Treatise on Chemistry

പിടിച്ചതെങ്ങനെയെന്നുള്ള ഗൈറ്റന്റെ വിവരണക്കുറിപ്പ്, ഫോർക്രോയു (Fourcroy)ടെ പഴയതും പുതിയതുമായ ലഘുപദാർത്ഥങ്ങളുടെയും സാധാരണസംയുക്തങ്ങളുടെയും ഒരുപട്ടിക. അതുപോലെ പര്യായ പദ വിവരപ്പട്ടിക, കുടാതെ ഒരു രസതന്ത്രനിഘണ്ടുവും ഉൾപ്പെടുത്തിയിരുന്നു.

സന്ദർശക ശാസ്ത്രജ്ഞന്മാരെ പുതിയ സിദ്ധാന്തങ്ങൾ അംഗീക രിപ്പിക്കുന്നതിനും ലാവോയ്സറും അനുഗാമികളും പ്രേരണ കൊടുത്തു കൊണ്ടിരുന്നു. ലാവോയ്സർ നയപരമായി ആധികാരികമായിത്തന്നെ പ്രവർത്തിച്ചതിനാൽ ഗണനീയമായ ഫലം കിട്ടി. ഡച്ച് കെമിസ്റ്റായിരുന്ന വാൻമറും (Van Marum) ആയിരുന്നു 1785 ൽ പാരീസ് ആദ്യം സന്ദർശിച്ച വിദേശി. 1787 ൽ അദ്ദേഹം ലാവോയ്സറുടെ വീക്ഷണങ്ങളെ പിന്താങ്ങി ക്കൊണ്ട് ഒരുബുക്ക് പ്രസിദ്ധീകരിച്ചു. 1786 ൽ ഒരു യുവ സ്കോട്ടിഷ് ശാസ്ത്രജ്ഞൻ ജെയിംസ് ഹാൾ (James Hall) പാരീസ് സന്ദർശിച്ചിട്ട് പിന്നീട് റിപ്പോർട്ട് ചെയ്തു. “ഞാൻ കണ്ടിട്ടുള്ളവരിൽ വച്ച് ഏറ്റവും തെളി ച്ചമുള്ള ഒരു വ്യക്തി”. ഹാളും ഉടനെതന്നെ പുതിയ കെമിസ്ട്രിയുടെ ഉറച്ച ഒരു അനുഗാമിയായിത്തീർന്നു.

ലാവോയ്സറുടെ അനുഗാമികൾ കത്തെഴുത്തു പ്രചാരണവും തുട ങ്ങി. പുതിയ സിദ്ധാന്തത്തെ എതിർക്കുന്നവരുടെ വാദമുഖങ്ങൾ എതിർത്തും സ്വീകരിക്കുന്നവരെ അഭിനന്ദിച്ചുമായിരുന്നു കത്തുകൾ.

ലാവോയ്സറുടെ അമൂല്യകൃതിയായ *Elelmentary Treatise on Chemistry* 1789 ൽ പ്രസിദ്ധീകരിച്ചു. ഇതിന്റെ ഫലം രാസവിപ്ലവം (Chemical Revolution) തന്നെയായിരുന്നു.

ദ്രവ്യ സംരക്ഷണനിയമം (Law of Conservation of Matter) കൃത്യ തയോടെയും വ്യക്തമായും ആദ്യമായി പ്രകടമാക്കിയത് ലാവോയ്സർ ആയിരുന്നു. മുന്നേ തന്നെ ബ്ലാക്കും കാവൻഡിഷും അവരുടേതായ പരീ ക്ഷണങ്ങളിൽ ഈ വീക്ഷണം മനസ്സിലാക്കിയിരുന്നെങ്കിലും വ്യക്തമായും കൃത്യതയോടെയും പ്രകടിപ്പിച്ചത് ലാവോയ്സർതന്നെ ആയിരുന്നു. അതാ യത് “ദ്രവ്യത്തെ നിർമ്മിക്കാനോ നശിപ്പിക്കാനോ സാദ്ധ്യമല്ല.” രൂപമാറ്റം സംഭവിപ്പിക്കാം.

ഈ പ്രബന്ധം മൂന്നായി ഭാഗിച്ചിരുന്നു. ഒന്നാം ഭാഗത്തിൽ വാത കങ്ങളുടെ രൂപീകരണവും വിഘടനവും, ലഘുപദാർത്ഥങ്ങളുടെ സംയോ ജനം കൂടാതെ ആസിഡുകളുടെ രൂപീകരണം എന്നിവ ഉൾപ്പെടുത്തിയി രുന്നു.

രണ്ടാം ഭാഗത്തിൽ ആസിഡുകളും ബേസുകളും തമ്മിൽ പ്രവർത്തിച്ച് ലവണങ്ങൾ (ഉപ്പുകൾ) ഉണ്ടാകുന്നതിനെപ്പറ്റിയായിരുന്നു.

മൂന്നാം ഭാഗത്തിൽ പരീക്ഷണശാലയിൽ ഉപയോഗിക്കേണ്ട ഉപക രണങ്ങളുടെ വിശദാംശങ്ങളും പരീക്ഷണങ്ങൾ നടത്തേണ്ട വിധങ്ങളും ആയിരുന്നു. മേരി ലാവോയ്സർ കൊത്തുപണി ചെയ്ത മനോഹരമായ പതിമൂന്നു ചിത്രങ്ങളുടെ അകമ്പടിയുമുണ്ടായിരുന്നു.

ഒന്നാം ഭാഗമായിരുന്നു കൂടുതൽ കൗതുകകരമായിരുന്നത്.

താപത്തെ വിശകലനം ചെയ്യുന്ന ടോപ്പിക്കുകൾ, അന്തരീക്ഷവായുവിൽ ഘടന, വായുവിന്റെ അപഗ്രഥനവും വായുവിലടങ്ങിയിരിക്കുന്ന സംയുക്തങ്ങളും, ജലത്തിന്റെ ഘടന, കൂടാതെ പുതിയ നാമകരണപ്പട്ടിക.

രണ്ടാം ഭാഗത്തിൽ 33 ലഘുപദാർത്ഥങ്ങളുടെ പട്ടിക കൊടുത്തിരുന്നത് ആധുനികരസതന്ത്രത്തിന്റെ നാഴികക്കല്ലായി കരുതപ്പെടുന്നു.

മൂന്നാം ഭാഗം പരീക്ഷണപ്രക്രിയകളെപ്പറ്റിയുള്ള അടിസ്ഥാനവിശദീകരണങ്ങൾ.

ഈ പ്രബന്ധം അതിശീഘ്രം ഫ്രാൻസിലെ പ്രസിദ്ധമായ പാഠപുസ്തകമായിത്തീർന്നു. സാധാരണജനങ്ങളും ശാസ്ത്രജ്ഞന്മാരും ഒരുപോലെ ഈ പുസ്തകത്തെ സ്വാഗതം ചെയ്തു. ഒരു ദശവർഷത്തിനകംതന്നെ ഇംഗ്ലീഷ്, ജർമ്മൻ, ഡച്ച്, സ്പാനിഷ്, ഇറ്റാലിയൻ, മെക്സിക്കൻ, അമേരിക്കൻ ഭാഷകളിൽ പ്രത്യക്ഷപ്പെട്ടു. ഈ പുസ്തകത്തിന്റെ പ്രസിദ്ധീകരണത്തോടുകൂടി ഫ്ളോജിസ്റ്റോൺ കാലഘട്ടം അസ്തമിക്കുകയും ആധുനിക രസതന്ത്രം ഉദയം ചെയ്യുകയുംചെയ്തു.

അലങ്കാരപൂർവ്വം ബൈൻഡു ചെയ്ത ഈ പുസ്തകത്തിന്റെ ഒരു കോപ്പി 1789 ഫെബ്രുവരിയിൽ രാജാവിനും രാജ്ഞിക്കുമായി സമർപ്പിച്ചു. അതിനു ശേഷം അമേരിക്കയിലെ ഫിലാഡെൽഫിയയിലുണ്ടായിരുന്ന തന്റെ പഴയ ചങ്ങാതി പ്രശസ്ത ഊർജ്ജതന്ത്രജ്ഞൻ ബഞ്ചമിൻ ഫ്രാങ്ക്ളിനും ഒരുകോപ്പിയും അതിനോടൊപ്പം രസകരമായ ഒരു കത്തും അയച്ചുകൊടുത്തു.

ഫ്രാങ്ക്ളിനുള്ള കത്തിൽ ഫ്ളോജിസ്റ്റോൺ സിദ്ധാന്തത്തെ കടപുഴക്കിയെറിഞ്ഞതും, പരീക്ഷണാത്മകമായ രീതിയുടെ വിജയവും പിന്നെ ലോകം മുഴുവനും തന്റെ പുതിയ രസതന്ത്രത്തെ രണ്ടുകൈയും നീട്ടി സ്വീകരിച്ചതുമെല്ലാം അത്യധികം അഭിമാനത്തോടെ ലാവോയ്സർ വിശദീകരിച്ചിരുന്നു. അവസാനം ലാവോയ്സർ ശക്തിയുക്തം ഉറപ്പിച്ചു പറഞ്ഞ "മാനവിക വിജ്ഞാനത്തിന്റെ മേഖലയിൽ ഒരു സുപ്രധാന വിപ്ലവം നടന്നിരിക്കുന്നു" എന്നും ഫ്രാങ്ക്ളിനോട് "ഈ വിപ്ലവം മുന്നേറുകയും സമ്പൂർണ്ണമാവുകയും ചെയ്യണമെങ്കിൽ താങ്കൾ ഞങ്ങളോടൊപ്പം ചേരണം" എന്ന് അഭ്യർത്ഥിക്കുകയുംചെയ്തു.

തന്റെ ഭഗീരഥപ്രയത്നത്താൽ സംഭവിച്ച രാസവിപ്ലവം രസതന്ത്രത്തെ മാത്രമല്ല എല്ലാ ശാസ്ത്രശാഖകളിലും വൻമാറ്റമുണ്ടാക്കുമെന്ന് ഒരുപക്ഷേ ലാവോയ്സർപോലും മുൻകൂട്ടി കണ്ടുകാണുകയില്ല. രണ്ടാം ശാസ്ത്രീയവിപ്ലവമെന്ന് ചിലർ വിളിക്കുന്ന ഈ വിപ്ലവത്തെ നേരത്തെ നിലവിലുണ്ടായിരുന്ന ജീവശാസ്ത്രം, ഗണിതം എന്നീ മേഖലകളുടെ മേൽ കൊടികുത്തിവാണിരുന്ന ഫ്രഞ്ച് ശാസ്ത്രത്തെ പത്തൊമ്പതാം നൂറ്റാണ്ടിന്റെ ആരംഭത്തിൽ തകർത്തു തരിപ്പണമാക്കിക്കൊണ്ട് ആ സ്ഥാനത്ത് ലാവോയ്സറുടെ പരീക്ഷണപ്രേരിതരീതികൾ സ്ഥാപിക്കപ്പെട്ടു.

7

സ്ഥിരമായ ശരീരോഷ്മാവിന്റെ രഹസ്യം

ആയിരത്തിയെഴുനൂറ്റി തൊണ്ണൂറ്റിരണ്ടാമാണ്ടോടെ മിക്കവാറും എല്ലാ രസതന്ത്രജ്ഞന്മാരും രാസവിപ്ലവത്തെ സ്വീകരിച്ചുകഴിഞ്ഞിരുന്നു. എന്നാൽ പുതിയ സിദ്ധാന്തം ഫ്രഞ്ച് രസതന്ത്രജ്ഞന്മാരുടെ സംഭാവനയാണെന്ന് അവകാശപ്പെട്ടതിൽ ലാവോയ്സർ അതിശയിച്ചു. സത്യാവസ്ഥ പ്രഖ്യാപിക്കാൻ അദ്ദേഹം നിർബ്ബന്ധിതനായി. "ഞാൻ കേട്ടതുപോലെ ഈ തിയറി ഫ്രഞ്ച് ശാസ്ത്രജ്ഞന്മാരുടെ സംഭാവനയല്ല, ഇത് എന്റേതാണ്, എന്റെ സമകാലീനരുടെയും വരും തലമുറകളുടെയും മുന്നിൽ ഈ സമ്പത്ത് എന്റേതുമാത്രമാണെന്ന് ഞാൻ അവകാശപ്പെടുന്നു" എന്ന് അദ്ദേഹം ഉദ്ഘോഷിച്ചു.

1789 ജൂലൈയിൽ ലാവോയ്സറുടെ തൊഴിലിന് വൻവ്യാപനം ഉണ്ടായി. എന്നാൽ ഫ്രഞ്ചുവിപ്ലവത്തിന്റെ ആരംഭം അദ്ദേഹത്തിന്റെ എല്ലാ പ്രവർത്തനങ്ങളും ഞെരുക്കത്തിലാക്കി. വിപ്ലവം വളരെ പെട്ടെന്ന് തീരുമെന്നും ഒരു പരിഷ്കൃത രാഷ്ട്രീയ നേതൃത്വം വിപ്ലവത്തിന്റെ സ്ഥാനത്തു വരുമെന്നും അദ്ദേഹം പ്രത്യാശിച്ചു. പക്ഷേ, അദ്ദേഹത്തിന്റെ ശുഭാപ്തിവിശ്വാസം അസ്ഥാനത്തായിരുന്നെന്ന് തെളിഞ്ഞു.

1776 ൽ ലാവോയ്സറും ഭാര്യയും ആഴ്സനലിലേക്കു താമസം മാറ്റി. അന്നു മുതൽ അദ്ദേഹത്തിന്റെ ഗവേഷണപ്രവർത്തനങ്ങൾ സയൻസ് അക്കാഡമിയിൽനിന്നും തന്റെ വീടിനുതൊട്ടുള്ള പരീക്ഷണശാലയിലേക്കു മാറ്റി. ഈ പരീക്ഷണശാലയിൽ വച്ചാണ് അദ്ദേഹം തന്റെ പുതിയ കണ്ടെത്തലുകൾ നടത്തിയത്. ആൽക്കെമിസ്റ്റുകളുടെ പരീക്ഷണശാലയിൽ നടക്കുന്ന ബുദ്ധിപരമല്ലാത്ത കാര്യങ്ങളായിരുന്നില്ല, ലാവോയ്സറുടെ ഉപകരണസജ്ജമായ ലാബറട്ടറിയിൽ ചെയ്തിരുന്നത്. അദ്ദേഹത്തിനൊപ്പം അഭിരുചിയുള്ള യുവഗവേഷകരുണ്ടായിരുന്നു. അവരുമായി

ലാവോയ്സർ തന്റെ സമയവും ചിന്തകളും പങ്കിടുമായിരുന്നു. യുവസഹായികളുമായി ജോലി ചെയ്യുമ്പോൾ അദ്ദേഹത്തിന് ബുദ്ധിപരമായ ആഹ്ലാദം ലഭിച്ചിരുന്നു.

ലാവോയ്സറുടെ തൊഴിലാളികൾ പ്രത്യേകം രൂപകല്പന ചെയ്ത് സസൂക്ഷ്മം നിർമ്മിച്ച ശാസ്ത്രീയ ഉപകരണങ്ങൾ അദ്ദേഹത്തിന്റെ ഗവേഷണ അജണ്ടയുടെ കേന്ദ്രഭാഗം ആയിരുന്നു. ശാസ്ത്ര ഉപകരണങ്ങളായ ബാരോമീറ്റർ, ബാലൻസ്, തെർമോമീറ്റർ തുടങ്ങിയ ഉപകരണസജ്ജമായ ഒരു പരീക്ഷണശാല യൂറോപ്പിലെ മറ്റൊരു കെമിസ്ട്രി ലാബിലും ഉണ്ടായിരുന്നില്ല.

ബാലൻസുകൾ, വാതക പരീക്ഷണങ്ങൾ നടത്തേണ്ട ഉപകരണങ്ങൾ, കലോറിമീറ്ററുകൾ, ജലം അപഗ്രഥിക്കുന്നതിനും, ജലം ഉണ്ടാക്കുന്നതിനും വേണ്ട ഉപകരണങ്ങൾ എല്ലാം ലാവോയ്സറുടെ നിശ്ചിതമായ മാർഗ്ഗരേഖകളോടുകൂടി പ്രമുഖ ഉപകരണ നിർമ്മാതാക്കളായ പിയറി മെഗ്സി, നിക്കോളാസ് ഫോർട്ടിൻ തുടങ്ങിയവർ കിട്ടാവുന്ന കിറുകൃത്യമായ ഡേറ്റകൾ ഉപയോഗിച്ച് ചെയ്തിരുന്നു. അവരുടെ ഉപകരണങ്ങൾ ഇന്നും പാരീസിൽ പ്രസിദ്ധമാണ്.

1789 ൽ പ്രബന്ധപ്രസിദ്ധീകരണത്തിനുശേഷം ഓർഗാനിക് കെമിസ്ട്രിയിലെ ചില ടോപ്പിക്കുകളായ എണ്ണകളുടെ ജ്വലനം, സസ്യ ജന്തു വസ്തുക്കളുടെ പുളിക്കൽ, അപഗ്രഥനം തുടങ്ങിയ പ്രവർത്തനങ്ങളുടെ ഗവേഷണപരമായ പഠനങ്ങൾ നടത്തി. എല്ലാ സസ്യപദാർത്ഥങ്ങളിലും ഹൈഡ്രജൻ, ഓക്സിജൻ, കാർബൺ ഇവ അടങ്ങിയിട്ടുണ്ടെന്ന് തെളിയിച്ചു. ശ്വസന പ്രക്രിയകളെക്കുറിച്ചും ആധികാരികമായ പഠനങ്ങൾ നടത്തി.

ശ്വസനം, ജ്വലനം, ദഹനം, ചെടികളിൽ നടക്കുന്ന സ്വേദനം എന്നീ പ്രവർത്തനങ്ങളെല്ലാംതന്നെ ഊഷ്മാവുമായി വളരെ അടുത്ത ബന്ധമാണുള്ളതെന്നും തെളിയിച്ചു.

റോയൽ സൊസൈറ്റി ഓഫ് മെഡിസിനിൽ അദ്ദേഹം അവതരിപ്പിച്ച പ്രബന്ധം ഫിസിയോളജിക്കൽ കെമിസ്ട്രി– ശരീരശാസ്ത്രരസതന്ത്രം– മനസ്സിലാക്കാൻ പക്ഷികളിലും ഗിനിപിഗ്ഗുകളിലും നടത്തിയ പരീക്ഷണങ്ങളായിരുന്നു. ശുദ്ധമായ ഓക്സിജനിൽ പക്ഷികൾക്കും മറ്റും ജീവിക്കുവാൻ സാധിക്കുന്ന കാര്യം നിരീക്ഷണം ചെയ്തശേഷം അദ്ദേഹം ഓക്സിജന്റെ അളവു കുറയ്ക്കുകയും കാർബൺ ഡയോക്സൈഡിന്റെ അളവുകൂട്ടുകയും ചെയ്തപ്പോൾ പക്ഷികളും മറ്റും ശ്വസിക്കുവാൻ ക്ലേശിക്കുന്നതും മനസ്സിലാക്കി.

ഈ പരീക്ഷണാർത്ഥം ആൾക്കൂട്ടമുള്ള തിയേറ്ററുകളിലും ജയിലിലും മതിയായ വെന്റിലേഷന്റെ ആവശ്യകതയെപ്പറ്റി അദ്ദേഹം ഊന്നിപ്പറഞ്ഞു.

ശരീര പോഷണ (metabolism)ത്തിന്റെ നിരക്കിനെ സ്വാധീനിക്കുന്ന ഘടകങ്ങൾ മിതമായ ഊഷ്മാവ്, ദഹനം, ശ്വസനത്തിനും, സ്വേദനത്തിനും

ചെലവഴിക്കുന്ന ഊർജ്ജം എന്നിവയാണെന്ന് അദ്ദേഹം സമർത്ഥിച്ചു.

അത്യന്തം ധിക്ഷണാവൈഭവത്തോടെ ശാരീരികഊഷ്മാവ് സ്ഥിരമായിരിക്കുന്നതിന്റെ കാരണവും കണ്ടുപിടിച്ചു. ശീതോഷ്ണ ഫലം ഉണ്ടാകുന്നത് മൂന്നു പരസ്പര പൂരകങ്ങളായ ഘടകങ്ങളാലാണ്. സ്വേദനഫലമായി ത്വക്കിലുള്ള ജലം ബാഷ്പീകരിക്കുമ്പോൾ ചൂട് നശിപ്പിക്കപ്പെടുന്നു. ശ്വസനത്തിൽ കാർബണും ഹൈഡ്രജനും കത്തുന്നതിന്റെ ഫലമായി ചൂടുണ്ടാകുന്നു. ദഹനംമൂലം സ്വേദനത്തിനും ശ്വസനത്തിനും വേണ്ടതായ അസംസ്കൃത വസ്തുക്കൾ നല്കുന്നു.

8

ശിരച്ഛേദനം

Treatise നുശേഷം വലുതായ ജോലിയൊന്നും ചെയ്തില്ല. ദിനക്കുറിപ്പുകളൊക്കെ നന്നായി എഡിറ്റ് ചെയ്യണമെന്നു തീരുമാനിച്ചു. ഇത് എട്ടു വാല്യങ്ങൾ ഉണ്ടായിരുന്നു. ഇതിനോടൊപ്പം തന്റെ പുതിയ രസതന്ത്രത്തിൽ പിന്തുണച്ചവരുടെ ജോലികളും ഉൾപ്പെടുത്തിയിരുന്നു. എന്നാൽ ജോലി പെട്ടെന്നു നിലച്ചു. കാരണം അദ്ദേഹത്തിന്റെ അറസ്റ്റും വധവുമായിരുന്നു. അതുവരെ മൂന്നുവാല്യങ്ങളേ പൂർത്തിയായിരുന്നുള്ളൂ. പിന്നീട് 1805 ൽ മേരി ലാവോയ്സർ *Memoires de Physique et de chismlc'* എന്ന ശീർഷകത്തിൽ പ്രിന്റ് ചെയ്തു. പ്രധാന സ്ഥാപനങ്ങൾക്കും മുൻനിര ശാസ്ത്രജ്ഞന്മാർക്കും അതിന്റെ കോപ്പികൾ വിതരണംചെയ്തു.

1789 ൽ പൊട്ടിപ്പുറപ്പെട്ട ഫ്രഞ്ച് വിപ്ലവം ലാവോയ്സറുടെ ജീവന്റെ ഏറ്റവും വലിയ ദുരന്തത്തിൽ കലാശിച്ചു. ഫ്രാൻസിനെ സമ്പൂർണ്ണമായും ഗ്രസിച്ച വിപ്ലവത്തിന്റെ തീക്ഷ്ണത ലാവോയ്സറേക്കാളും വളരെ കുറച്ച് ഫ്രഞ്ച് പുരുഷന്മാർക്കേ അറിയാമായിരുന്നുള്ളൂ.

വിപ്ലവത്തിന്റെ ഊക്ക് വളരെ വേഗം തീക്ഷ്ണമായി. രാജ്ഞി മേരി അന്റോയിനെറ്റ് ഓസ്ട്രിയൻ ഏകാധിപതിയോട് വിപ്ലവത്തിൽ ഇടപെടാൻ അഭ്യർത്ഥിച്ചു. വിദേശാക്രമണത്തെ ഭയന്ന കൂടുതൽ ശുഷ്കാന്തിയുള്ള വിപ്ലവകാരികൾ ലെജിസ്ലേറ്റീവ് അസംബ്ലിയുടെ നിയന്ത്രണം നേടി. തീരദേശ പട്ടണമായ മാഴ്സെല്ലെയ്സിലെ തിരഞ്ഞെടുക്കപ്പെട്ടവരും തൊഴിലാളിവർഗ്ഗജനക്കൂട്ടവും രാജാവിനെയും രാജകുടുംബത്തെയും ബലാല്ക്കാരമായി പിടിച്ച് ജയിലിലടച്ചു. അവരെ പിന്തുണച്ചവരെയും പ്രതിവിപ്ലവകാരികളെയും ജയിലിൽനിന്നും പുറത്തേക്ക് വലിച്ചിഴച്ച് വിചാരണ ചെയ്യുകയും വധിക്കുകയും ചെയ്തു. പൊതുജനസുരക്ഷയ്ക്കായി ഒരു കമ്മിറ്റിയെ സജ്ജീകരിച്ച് അരാജകത്വവും പ്രതിവിപ്ലവവും നിയ

ന്ത്രിക്കാൻ എന്ന നാട്യത്തിൽ ഭീകരഭരണമായിരുന്നു അഴിച്ചുവിട്ടത്.

വിപ്ലവത്തിന്റെ ഈ ഘട്ടത്തിൽ സയൻസ് അക്കാഡമി വരേണ്യവർഗ്ഗത്തിന്റെയും പ്രത്യേകാവകാശങ്ങളുള്ളവരുടെയും കൊത്തളമായി വിപ്ലവകാരികൾ കണ്ടു. അതിലുപരി, നികുതി പിരിവു നടത്തുന്ന ഒരുകമ്പനിയിലെ അംഗമായിരുന്നതുകൊണ്ട് ലാവോയ്സർ അവരുടെ ഒരു നോട്ടപ്പുള്ളി തന്നെയായിരുന്നു. സമരാസക്തരായ മാക്സിമിലിയൻ റോബസ്പിയറും, സയൻസ് അക്കാഡമി അംഗമാകാൻ പ്രതീക്ഷയുണ്ടായിരുന്ന ജീൻ മരാട്ടും ലാവോയ്സറുടെ രക്തം കാണാൻ കൊതിച്ചവരാണ്. അതിനു കാരണമായത് മരാട്ട് അഗ്നി ഒരു മൂലകമാണെന്നു സ്ഥാപിച്ചുകൊണ്ടുള്ള പ്രസിദ്ധീകരണത്തെ ലാവോയ്സർ നിരങ്കുശം വിമർശിച്ചതിനാലാണ്.

രാഷ്ട്രീയ വേലിയേറ്റം വളരെ ത്വരിതഗതിയിലായി. 1791 ൽ നികുതി പിരിവെല്ലാം ജനറൽ ഫെർമയുടെ കൈകളിൽനിന്നും പിടിച്ചെടുത്തു. 1792 ൽ വെടിമരുന്നു ഫാക്ടറിയിലെ ഉദ്യോഗം രാജിവച്ച് ലാവോയ്സർ ആഴ്സെനലിലുള്ള അദ്ദേഹത്തിന്റെ വീട്ടിലേക്കും പരീക്ഷണശാലയിലേക്കും പോയി. ആ വർഷംതന്നെ പബ്ലിക് ഫണ്ടിന്റെ മന്ത്രിപദവി ലാവോയ്സർക്ക് രാജാവ് വാഗ്ദാനം ചെയ്തു അപ്പോഴത്തെ ചുറ്റുപാടിൽ ലാവോയ്സർ ആ വെല്ലുവിളി സ്വീകരിക്കാൻ തയ്യാറായില്ല. അന്തസ്സുള്ളതും ആത്മാർത്ഥവുമായ ഒരു കത്തുമുഖേന താൻ പദവി നിരസിക്കുന്നതായി രാജാവിനെ ധരിപ്പിച്ചു.

ഇളകിമറിഞ്ഞ ഈ വർഷങ്ങളിലെല്ലാം തന്റെ സമയവും ഊർജ്ജവും Consultative Committe on Arts & Crafts ലെ അംഗമായും അളവുതൂക്ക കമ്മീഷൻ അംഗമായും പ്രവർത്തിച്ചു. സർക്കാരിന്റെ നാനാമുഖമായ ശാസ്ത്രസാങ്കേതിക ചോദ്യങ്ങൾക്കും ഉപയോഗപ്രദമായ കണ്ടുപിടിത്തങ്ങൾക്കും അദ്ദേഹം ഉപദേശകനായിരുന്നു. എല്ലാ റിപ്പോർട്ടുകളും അദ്ദേഹം തയ്യാറാക്കണമായിരുന്നു. അദ്ദേഹത്തിനുമാത്രം അവകാശപ്പെടാവുന്ന പുതിയ പൊതുവിദ്യാഭ്യാസ പദ്ധതിയുടെ ആവിഷ്കാരകനും ലാവോയ്സർ ആയിരുന്നു.

അളവുതൂക്ക കമ്മീഷൻ ഒരു ഏകീകരണ പദ്ധതി ആവശ്യപ്പെട്ടതിന്റെ അടിസ്ഥാനത്തിലാണ് മെട്രിക് സിസ്റ്റം നിലവിൽ വന്നത്.

വിപ്ലവത്തിന്റെ മൂർദ്ധന്യാവസ്ഥയിൽ നിർഭാഗ്യവശാൽ സയൻസ് അക്കാഡമി പൂട്ടേണ്ടിവന്നു. ക്രമസമാധാനം നിലനിർത്താൻ കൂടുതൽ കൂടുതൽ ബലാല്ക്കാരമായ പദ്ധതികൾ തുടങ്ങി. അതിനായി 1792 ൽ, ഫ്രാൻസ് ഒരു ഗുണഭോക്തൃ റിപ്പബ്ലിക് ആയിരിക്കുമെന്നും അതിനായി യത്നിക്കുക ഭീകരതയിലൂടെ ആയിരിക്കുമെന്നും വിപ്ലവനായകന്മാർ പ്രഖ്യാപിച്ചു. അങ്ങനെ 1792 ആഗസ്ത് 10-ാം തീയതി വിപ്ലവകാരികൾ കൊട്ടാരത്തിലേക്ക് ആഞ്ഞടിച്ച് കേറുകയും രാജാവിനെയും കുടുംബത്തെയും പിടിച്ച് വധിക്കുകയും ഏകാധിപത്യത്തിന്റേതായ നീണ്ട കാലഘട്ടത്തെ തുടച്ചുമാറ്റുകയും ചെയ്തു.

ലാവോയ്സറും മറ്റു നികുതിപിരിവുകാരും ഇരുമ്പഴിക്കുള്ളിലായി.

ധാരാളം കുറ്റാരോപണങ്ങൾ ചാർത്തി 1794 മെയ് ഏഴാം തീയതി അർത്ഥ ശ്യൂന്യമായ ചോദ്യം ചെയ്യലിനു ശേഷം ഓരോരുത്തർക്കും കുറ്റപത്ര ത്തിന്റെ ഓരോ കോപ്പിയും നല്കി ഉഷസ്സായപ്പോൾ വിചാരണക്കോടതി യുടെ മുമ്പാകെ ഹാജരാക്കി.

ഔദ്യോഗികമായി നിയമിക്കപ്പെട്ട ഡിഫൻസ് കൗൺസലുമായി പതി നഞ്ചു മിനിറ്റ് സമയം മറുപടി പറയാൻ ഓരോരുത്തർക്കും കൊടുത്തു. അന്ന് പത്തുമണിക്ക് കോഫിൻഹാളിന്റെ അദ്ധ്യക്ഷതയിലുള്ള ജൂറി മുപ്പ ത്തിരണ്ടു പേരെയും വിചാരണ ചെയ്തു. ജൂറി (വ്യവഹാര വിചാരക സമിതി) അതിൽ ഇരുപത്തെട്ടുപേർക്ക് ശിക്ഷാവിധി നല്കി. ജൂറി അവ രിൽ ആരോപിക്കപ്പെട്ട കുറ്റങ്ങൾ പിടിച്ചുപറി, പുകയിലയിൽ മായം ചേർക്കൽ, നിയമവിരുദ്ധമായി ഖജനാവിൽ നിന്നും വൻതുകകൾ റിപ്പ ബ്ലിക്കിന്റെ ശത്രുക്കൾക്ക് നല്കി എന്നിവയായിരുന്നു. ജൂറി ഏകകണ്ഠ മായിട്ടാണ് ശിക്ഷാവിധി നല്കിയത്. അവരെ ഉടനെ വധസ്ഥലമായ Place de la Revolution ലെക്ക് കൊണ്ടുപോയി. നാലാം നമ്പർകാരനായ ലാവോ യ്സർ തന്റെ ശ്വശുരന്റെ വധത്തിനുശേഷമാണ് ഭൗതികശരീരം വെടി ഞ്ഞ് യശസ്സിലേക്കെടുക്കപ്പെട്ടത്. ജഡങ്ങൾ ഒരുതരത്തിലുമുള്ള ആചാ രോപചാരങ്ങളുമില്ലാതെ പാർക് മോൺസിയോ (Park Monceaux) സെമി ത്തേരിയിൽ അവിടവിടെ ഉണ്ടായിരുന്ന കുഴികളിൽ മറവു ചെയ്തു.

ഞാനിനി എന്താണ് കൂടുതൽ ചോദിക്കേണ്ടത്?

ലാവോയ്സർ ജയിലിലായിരുന്നപ്പോൾ ആത്മകഥാപരമായി എഴുതിയ ഒരു കുറിപ്പിൽ ഒരു ശാസ്ത്രജ്ഞനെന്ന നിലയിലുള്ള തന്റെ തൊഴിലിനെയും പിന്നെ ഒരു പൗരനെന്ന നിലയിലും വളരെ അഭിമാന കരമായി ന്യായീകരിച്ചു. ഗില്ലറ്റിനോട് ഭയരഹിതനായിത്തന്നെ തന്റെ അന്താരാഷ്ട്ര പ്രശസ്തിയും കലയിലും ശാസ്ത്രത്തിലുമുള്ള കണ്ടുപി ടിത്തങ്ങളും മാനവികതയിലുള്ള താല്പര്യവും തറപ്പിച്ചു പറഞ്ഞിരുന്നു. വിപ്ലവത്തിന് വളരെ മുന്നേ തന്നെ സ്വാതന്ത്ര്യത്തിനും സമത്വത്തിനും വേണ്ടിയുള്ള പ്രതിബദ്ധത തെളിയിച്ചിട്ടുണ്ടായിരുന്നു. വിപ്ലവത്തിനു വേണ്ടി ചെയ്ത കാര്യങ്ങളുടെ ഒരു പട്ടികയും ചേർത്തിരുന്നു. തിരഞ്ഞെ ടുക്കപ്പെട്ട പ്രതിനിധി, സാമ്പത്തിക ഉപദേഷ്ടാവ്, കൂടാതെ പാരീസ് ഗാർഡിലെ അംഗം, പിന്നെ വിശ്വസ്തനായ പൊതുപ്രവർത്തകൻ എന്നീ നിലകളിൽ ജീവിതാവസാനം വരെ നല്ല കാഴ്ചപ്പാടുണ്ടായിരുന്നു.

തന്റെ അറസ്റ്റിലും വിധിയിലും മനം നൊന്ത ഭാര്യയുടെ ദുഃഖഭാരം ലഘൂകരിക്കാൻ അദ്ദേഹം കത്തെഴുതി. ശുഭാപ്തിവിശ്വാസവും നിഷ്ഫ ലപ്രതീക്ഷയും എന്നും നമ്മുടെ ഹൃദയങ്ങളെ ദുഃഖം കൊണ്ട് നിറ യ്ക്കും.

വധത്തിന് തലേന്ന് തന്റെ കസിൻ ആഗസ് ഡി വില്ലേഴ്സ് (Augez de Villiers) നെഴുതി. തന്റെ മരണത്തിൽ വിലപിക്കാതിരിക്കാനും താൻ നയിച്ച ജീവിതത്തിന്റെയും തന്നെ കാത്തിരിക്കുന്ന മരണത്തിന്റെയും ഇട യിലുള്ള അമർഷവും അസ്ഥാളിപ്പും അദ്ദേഹം തുറന്നെഴുതിയിരുന്നു.

മരണം സുനിശ്ചിതമെന്നു തോന്നിയ നിമിഷം അദ്ദേഹം എഴുതി, "ഏറെക്കുറെ ദീർഘവും സന്തോഷകരവുമായ ഒരു ജീവിതം ആസ്വദിക്കുവാൻ എനിക്കു സാധിച്ചു. എന്റെ മൃത്യു കുറച്ചു പശ്ചാത്താപത്തോടെയും ഒരു പക്ഷേ, കുറച്ച് ആദരവോടെയും സ്മരിക്കപ്പെടും. പിന്നെന്തു ഞാൻ കൂടുതലായി ചോദിക്കണം?"

അദ്ദേഹം എഴുതി, "സമൂഹത്തിന്റെ ഏറ്റവും ഉന്നതമായ സ്റ്റാൻഡേർഡിൽ ജീവിച്ച് മഹത്തരമായ സേവനങ്ങൾ ഒരാളുടെ രാജ്യത്തിനുവേണ്ടിചെയ്തു. കലയുടെയും അറിവിന്റെയും അഭിവൃദ്ധിക്കുവേണ്ടി ജീവിച്ച ഒരാളെ, തിക്തഫലങ്ങളിൽനിന്നും ഒരു കുറ്റവാളിയെപ്പോലെ മരിക്കുന്നതിൽനിന്നും ഒരു വ്യക്തിയെ സംരക്ഷിക്കാൻ മതിയായ കാരണങ്ങളല്ല."

തന്റെ അന്തസ്സത്തയ്ക്ക് ഒരു പോറലുപോലും ഏല്ക്കാതെയാണ് ലാവോയ്സർ മരണത്തെ വരിച്ചത്. അദ്ദേഹത്തിന്റെ ഭാര്യയ്ക്ക് മരണശിക്ഷ ലഭിച്ചില്ലെങ്കിലും മാനസികമായി തകർന്നിരുന്നു. ഭർത്താവും പിതാവും അറസ്റ്റിലാകുമ്പോൾ മേരിക്ക് മുപ്പത്തഞ്ച് വയസ്സ് മാത്രമായിരുന്നു പ്രായം.

മേരിക്ക് ഏകാന്തമായ ഒരുബാല്യകാലത്തിനും തിടുക്കത്തിലുള്ള വിവാഹത്തിനും ശേഷം അവളുടെ മുഴുവൻ ഊർജ്ജവും ബുദ്ധിയും തന്റെ ഭർത്താവിനെ സഹായിക്കുന്നതിലായിരുന്നു. മേരിക്ക് സ്വതഃസിദ്ധമായിരുന്ന അഭിരുചികളെ ലാബറട്ടറി അസിസ്റ്റന്റായും കലാകാരിയായും സംഗീതജ്ഞയായും, പരിഭാഷകയായും മാറ്റുകയായിരുന്നു. അങ്ങനെ ഒരു പൊതു ജീവിതത്തിനാവശ്യമായ എല്ലാ നൈപുണ്യങ്ങളിലും അവൾ വിദഗ്ദ്ധയായി.

കൊടും ഭീകരതയുടെ നടുവിൽ മേരി സുഹൃത്തുക്കളോ ബന്ധുക്കളോ ഇല്ലാതെ, പ്രത്യേക ലക്ഷ്യമില്ലാതെ, ആശ്വാസം നല്കാനാളില്ലാതെ, പദവിയില്ലാതെ, ഒരു ഏകാന്ത പഥികയെപ്പോലെയായി. കടുത്ത നിരാശയിൽ അവൾ, വിപ്ലവത്തിന്റെ നേതാവായിരുന്ന ഡ്യൂപ്പിന് (Dupin) ഒരു കത്തെഴുതി. തന്റെ ഭർത്താവിനെ രക്ഷിക്കണമെന്നഭ്യർത്ഥിച്ചുകൊണ്ടുള്ള കത്തായിരുന്നു. പക്ഷേ, നിഷ്ഫലമായിരുന്നു. ലാവോയ്സറെ ഗില്ലറ്റിന് കൊടുത്ത അതേ ജൂൺമാസത്തിൽതന്നെ മേരിയെ അറസ്റ്റ് ചെയ്ത് ജയിലിലടച്ചു.

ആ വർഷം ആഗസ്തിൽത്തന്നെ മേരി സ്വതന്ത്രയായെങ്കിലും, പട്ടിണിയിലും നിസ്സഹായാവസ്ഥയിലുമായി. ഒരു മുൻകാല ജോലിക്കാരിയുടെ സഹായത്താൽ ദിവസങ്ങൾ തള്ളിനീക്കി. വർഷാവസാനം മേരിയുടെ കുറെ വസ്തുവകകൾ തിരിച്ചുകിട്ടിയതുകൊണ്ട് മോശപ്പെട്ട അവസ്ഥകളെല്ലാം മാറിക്കിട്ടി. 1836 വരെ മേരി ജീവിച്ചെങ്കിലും ഭീകരാവസ്ഥ സമയത്ത് അനുഭവിച്ച മുറിവുകളിൽ നിന്നും ഒരിക്കലും മുക്തയാകാൻ കഴിഞ്ഞിരുന്നില്ല.

ആൽബർട്ട് ഐൻസ്റ്റീൻ

1

ബാല്യവും വിദ്യാഭ്യാസവും

ദക്ഷിണ ജർമ്മനിയിൽ ഉലം (Ulm) എന്ന ടൗണിൽ ഹെർമ്മൻ ഐൻസ്റ്റീന്റെയും പോളിൻ ഐൻസ്റ്റീന്റെയും കടിഞ്ഞൂൽ പുത്രനായി 1879 മാർച്ച് 14-ാം തീയതി ആൽബർട്ട് ഐൻസ്റ്റീൻ ജനിച്ചു. ആധുനിക കാഴ്ചപ്പാടുകളും അർപ്പിത മനസ്കരുമായിരുന്ന ആ ജൂത ദമ്പതികൾ സന്തുഷ്ടജീവിതമാണ് നയിച്ചിരുന്നത്.

എൻജിനീയറായിരുന്ന പിതാവ് സഹോദരനുമായുള്ള പങ്കാളിത്തത്തിൽ ഒരുചെറിയ ഫാക്ടറി തുടങ്ങിയിട്ടുണ്ടായിരുന്നു. പിതാവ് സൗഹൃദം, സന്തോഷം, ശുഭാപ്തി വിശ്വാസം എന്നീ ഗുണങ്ങളുള്ള വ്യക്തിയായിരുന്നു.

അമ്മ പോളിൻ സ്വഭാവമഹിമയും സംസ്കാരസമ്പന്നയുമായിരുന്നു. വൈഭവമുള്ള ഒരു വീട്ടമ്മ എന്നതിനുപരി ഒരു പിയാനോ വിദഗ്ദ്ധയുമായിരുന്നു. അമ്മ പിയാനോ വായിക്കുന്നത് കുഞ്ഞുന്നാളിലേ ആൽബർട്ട് ശ്രദ്ധിക്കുമായിരുന്നു. അവർ തങ്ങളുടെ മക്കൾക്ക് ആഹ്ലാദകരവും ഊഷ്മളവുമായ വീടാണൊരുക്കിയത്. ഐൻസ്റ്റീന്റെ ജീവിതകാലം മുഴുവൻ മാതാപിതാക്കളോടും ഇളയ സഹോദരിയോടും വളരെയധികം ബന്ധിക്കപ്പെട്ടിരുന്നു. ഈ സ്വഭാവവിശേഷം തന്റെ മാതാപിതാക്കളിൽ നിന്നുമാണ് ആൽബർട്ടിനു ലഭിച്ചത്.

ജൂത പാരമ്പര്യമായിരുന്നെങ്കിലും സിനഗോഗിൽ പോവുകയോ പ്രാർത്ഥനകൾ ഉരുവിടുകയോ ചെയ്യാത്ത അവർ സ്വതന്ത്ര ചിന്തകരെന്ന് അഭിമാനിച്ചിരുന്നു.

കുഞ്ഞുന്നാൾ മുതൽതന്നെ ആൽബർട്ട് വളർന്നത് സുരക്ഷിതവും സുഖപ്രദവുമായ ഒരു ചുറ്റുപാടിലായിരുന്നു. അത്യന്തം സ്നേഹമുള്ള മാതാപിതാക്കളെ കൂടാതെ മുത്തച്ഛനും മുത്തശ്ശിയും മാമന്മാരും മാമി

മാരും എല്ലാം ഉള്ള ഒരു കുടുംബത്തിൽ ഏവരുടെയും സ്നേഹലാളന കൾ അനുഭവിച്ചാണ് ആൽബർട്ട് വളർന്നത്.

എങ്കിലും മകന്റെ അസാധാരണമായ തലയുടെ ആകൃതിയിൽ ആൽബർട്ടിന്റെ അമ്മ ആകുലയായിരുന്നു. മകൻ മന്ദബുദ്ധിയായിത്തീരുമോ എന്നുപോലും ശങ്കിച്ചിരുന്നു. സംസാരവും വളരെ സാവധാനമായിരുന്നു തുടങ്ങിയത്. അതും ആശങ്ക വർദ്ധിപ്പിച്ചു.

ആൽബർട്ട് സംസാരിക്കാൻ പിറകിലായിരുന്നതു മാത്രമല്ല സംശയാലുവും ആയിരുന്നു. അങ്ങനെ ആൽബർട്ട് സൗമ്യനും ഏകാന്തപ്രിയനുമായ ഒരു കുട്ടിയാകുകയായിരുന്നു. കൂടുതൽസമയവും ബുക്കുകൾ വായിക്കുന്നതിലും പിയാനോ ശ്രദ്ധിക്കുന്നതിലുമായിരുന്നു ചെലവഴിച്ചത്. നല്ല കായികശേഷിയും ആരോഗ്യവും ഉണ്ടായിരുന്നെങ്കിലും പുറത്തുപോയി ഒരു കളിയിലും ഏർപ്പെടില്ലായിരുന്നു. യാന്ത്രിക കളിപ്പാട്ടങ്ങൾ എങ്ങനെ പ്രവർത്തിക്കുന്നു എന്നതിലായിരുന്നു ഏറെ താല്പര്യം. ദുർഘടമായ കുരുക്കുകളുള്ള കളികളും ജിഗ്സോ പോലുള്ള കടങ്കഥകളുമായിരുന്നു ഏറെ ഇഷ്ടം. ചീട്ടുകൊണ്ട് പതിനാലു നിലകളോളം ഉയരത്തിൽ ടവ്വർ ഉണ്ടാക്കുമായിരുന്നു.

അഞ്ചുവയസ്സുള്ളപ്പോൾ പിതാവ് ഒരു ചെറിയ വടക്കുനോക്കിയന്ത്രം സമ്മാനിച്ചു. അതിന്റെ സൂചി വടക്കു തെക്കുദിശയിൽ തന്നെ നില്ക്കുന്നതിന്റെ കാരണം അറിയില്ലായിരുന്നു. എങ്ങനെയൊക്കെ കോമ്പസ് നീഡിൽ തിരിച്ചാലും വടക്കു തെക്കു ദിശയിൽ നില്ക്കുന്ന കാര്യം ഈ കൊച്ചുചിന്തകൻ മനസ്സിൽ സൂക്ഷിക്കുകയായിരുന്നു. ബഹിരാകാശം ശൂന്യമല്ല എന്ന ഒരു ചിന്ത കൂടി കുട്ടിയുടെ മനസ്സിനെ ഗ്രസിച്ചു. ഏതോ കാണാൻ പറ്റാത്ത ഒരു ശക്തിയാണ് സൂചിയെ വടക്കു തെക്കു ദിശയിൽതന്നെ നിർത്തുന്നതെന്നു ഊഹിച്ചു. എവിടെ നിന്നുമാണ് ഈശക്തി വരുന്നതെന്നുള്ള ചോദ്യം ജീവിതകാലം മുഴുവനും അദ്ദേഹത്തിന് ഒരു ഒഴിയാബാധപോലെ ആയിരുന്നു.

ഇതേപോലെ തന്നെയായിരുന്നു കണക്കിലെ സംഖ്യകൾ പഠിക്കുന്നതിനും അദ്ദേഹത്തിന്റെ അങ്കിൾ ജേക്കബ് കണക്കിൽ ചില സൂത്ര പസിൽസ് കാണിച്ചുകൊടുത്തത് ആൽബർട്ടിനെ ആകർഷിച്ചിരുന്നു. ഒരു പോസർ കിട്ടിക്കഴിഞ്ഞാൽ ആൽബർട്ടിന് വളരെയ

ഐൻസ്റ്റീൻ പതിനാലാം വയസ്സിൽ

ധികം സന്തോഷമായിരുന്നു. കണക്കിന്റെ സൗകുമാര്യവും അതിലെ മറ ഞ്ഞിരിക്കുന്ന ക്രമരൂപത്തിലുള്ള ഡിസൈനുകൾ (മാതൃകകൾ) അദ്ദേ ഹത്തെ വളരെ വളരെ ആഹ്ലാദഭരിതനാക്കിയിരുന്നു.

കുട്ടിക്കാലത്തിന്റെ ആരംഭത്തിൽത്തന്നെ ശാസ്ത്രരഹസ്യങ്ങളും അദ്ദേഹത്തെ കീഴടക്കിയിരുന്നു. ഒരു സൂര്യരശ്മി ഉണ്ടായിരിക്കുന്നതെ ങ്ങനെ, എവിടെ നിന്നും ഇരുട്ടു വരുന്നു, പ്രകാശത്തെ തൊടാനോ കൈക ളിൽ പിടിക്കാനോ സാധിക്കാത്തത് എന്തുകൊണ്ട്, ഇങ്ങനെയുള്ള ചോദ്യ ങ്ങൾ പിതാവിനോടും അങ്കിളിനോടും ചോദിക്കുമായിരുന്നു.

ചോദ്യംചോദിക്കുന്നതിലുള്ള ചുറുചുറുക്ക് അദ്ദേഹത്തിന്റെ മന സ്സിന്റെ ശാസ്ത്രീയ ചായ്വിന്റെ അടയാളമായിരുന്നു.

ഒരു കത്തോലിക്കാ സ്കൂളിലായിരുന്നു ആൽബർട്ടിന്റെ പഠനം തുട ങ്ങിയത്. അദ്ധ്യാപകരുടെ ബോധനരീതിയും കർശനമായ അച്ചടക്കവും ഒന്നും ആൽബർട്ടിന് ഇഷ്ടമായിരുന്നില്ല. സ്വപ്നജീവിയും ചിന്താധീനനു മായ ആൽബർട്ട് എപ്പോഴും ഏകാന്തത ഇഷ്ടപ്പെട്ടിരുന്നു. പട്ടാളച്ചിട്ടയുള്ള സ്കൂൾ ജീവിതം ആൽബർട്ട് വെറുത്തു. പ്രൈമറി അദ്ധ്യാപകരെ സെർജിയന്റ്സ് എന്നും ഹൈസ്കൂൾ അദ്ധ്യാപകരെ ലെഫ്റ്റനന്റ്സ് എന്നുമാണ് ഓർമ്മക്കുറിപ്പിൽ അദ്ദേഹം എഴുതിയത്.

ജിജ്ഞാസുവും സംശയാലുവുമായിരുന്നു ആൽബർട്ട്. സംശയം അദ്ദേഹത്തെ എപ്പോഴും ശരിയിലേക്കു നയിച്ചിരുന്നു. ആൽബർട്ടിന്റെ സംശയഗ്രസ്തമായ ചോദ്യങ്ങൾ അദ്ധ്യാപകർക്ക് തലവേദനയായിരുന്നു.

ബുദ്ധിപരമായ വളർച്ചയുണ്ടായത് സ്കൂളിലെ ശിക്ഷണത്താലായി രുന്നില്ല, വീട്ടിൽ നിന്നായിരുന്നു. വെറും പന്ത്രണ്ടു വയസ്സുള്ളപ്പോൾ തന്നെ ജീവനെ (life)പ്പറ്റിയും ചുറ്റുപാടുമുള്ള ലോകത്തെപ്പറ്റിയും ചിന്തിക്കുവാൻ തുടങ്ങിക്കഴിഞ്ഞിരുന്നു. മാക്സ് ടാമെ (Max Talmey) എന്ന ഒരുപാവ പ്പെട്ട ജൂതമെഡിക്കൽ വിദ്യാർത്ഥി എല്ലാ ആഴ്ചയിലും ഐൻസ്റ്റീന്റെ വീട്ടിൽവന്ന് ആഹാരം കഴിക്കുമായിരുന്നു. പഠിക്കാനുള്ള ചെലവും ആൽബർട്ടിന്റെ പിതാവ് വഹിച്ചിരുന്നു. ആൽബർട്ടിന്റെ മാനസികവളർച്ച യിൽ ടാമെക്ക് നല്ല സ്വാധീനമുണ്ടായിരുന്നു. അക്കാലത്തെ മിക്കവാറും ജനപ്രിയശാസ്ത്രപുസ്തകങ്ങൾ ആൽബർട്ടിന് ടാമെ നല്കിയിരുന്നു. അവയെല്ലാം ആൽബർട്ട് വളരെ തീക്ഷ്ണതയോടെ വായിക്കുമായിരുന്നു അതേ പ്രായത്തിലുള്ള മറ്റു കുട്ടികൾക്ക് കഥകൾ വായിക്കുന്നതിലായി രുന്നു താല്പര്യം.

ബുക്ക്നറുടെ 'ബലവും ദ്രവ്യവും' (Buchner's Kraft and Stoff) എന്ന ബുക്ക് അക്കാലത്തെ ശാസ്ത്രീയ അറിവുകളുടെയും ദാർശനിക കാഴ്ചപ്പാടിന്റെയും ആകത്തുകയായിരുന്നു. ഈ ഗ്രന്ഥകാരന്മാരെല്ലാം തന്നെ, പ്രപഞ്ചത്തെപ്പറ്റിയുള്ള വേദപുസ്തക ആശയങ്ങൾക്ക് എതിരാ യിരുന്നു.

ഗണിതത്തിലുള്ള ആൽബർട്ടിന്റെ സാമർത്ഥ്യവും സ്കൂളിൽ നിന്നല്ല ലഭിച്ചത്, വീട്ടിൽ നിന്നായിരുന്നു രൂപപ്പെട്ടത്. ബീജഗണിത

(Algebra)ത്തെപ്പറ്റിയുള്ള ആദ്യത്തെ ധാരണ നല്കിയത് ആൽബർട്ടിന്റെ അങ്കിളായിരുന്നു. ബീജഗണിതത്തിലെ പിടികിട്ടാപ്പുള്ളിയെ 'x' എന്നു സങ്കല്പിക്കാനും അവനെ കിട്ടുന്നതുവരെ സാദ്ധ്യമായ മാർഗ്ഗങ്ങൾ ആരായാനും ആൽബർട്ടിനു കഴിഞ്ഞു.

ബീജഗണിതത്തേക്കാൾ ആഭിമുഖ്യം ക്ഷേത്രഗണിത (geometry) ത്തോടായിരുന്നു. പന്ത്രണ്ടു വയസ്സുള്ളപ്പോഴാണ് ഇതിനോടുള്ള താല്പര്യവും അങ്കിൾ ഉണർത്തിയത്. ക്ഷേത്രഗണിതത്തിലെ ക്രമമുള്ളതും വിശദവുമായ പ്രസ്താവനകളിൽക്കൂടിയുള്ള തെളിവുകൾ, രേഖാചിത്രങ്ങൾ, കാര്യകാരണങ്ങൾ- എല്ലാം ആൽബർട്ടിനെ വളരെയധികം ആകർഷിച്ചു.

നേരത്തെ മനസ്സിലാക്കാതിരുന്ന കാര്യങ്ങൾ പിന്നെപ്പിന്നെ തെളി

ഐൻസ്റ്റീൻ യൗവനത്തിൽ

ഞ്ഞുവന്നു. ബാഹ്യാകാശത്തെയും സമയത്തെയും പറ്റി കൂടുതൽ ചിന്തിച്ചു. ഇവയൊക്കെ മനസ്സിലാക്കാൻ പഴഞ്ചൻ രീതികൾ ഉപേക്ഷിച്ച് പുതിയവ സ്വീകരിച്ചു.

ആൽബർട്ട് ഉൾക്കാഴ്ചയുള്ള ഒരു കുട്ടിയായിരുന്നു. ഒരു വൈകുന്നേരം മൊസാർട്ടിന്റെ ഗീതങ്ങൾ കേട്ടതിനുശേഷം സംഗീതത്തിലും പ്രിയം ഉണ്ടായി. അതും വളരെ കുഞ്ഞായിരിക്കുമ്പോഴായിരുന്നു. മാതാപിതാക്കൾ ആൽബർട്ടിന് ആറു വയസ്സുള്ളപ്പോൾ വയലിൻ പഠിക്കാൻ നിർബ്ബന്ധിച്ചെങ്കിലും സംഗീതാദ്ധ്യാപകരാണല്ലോ പഠിപ്പിക്കാൻ വരുന്നത് എന്നോർത്ത് താല്പര്യപ്പെട്ടില്ല. എന്നാൽ മൊസാർട്ടിന്റെ പ്രചോദനം ഉൾക്കൊണ്ട് വയലിൻ പ്ലേ ചെയ്തത് ജീവിതകാലം മുഴുവനും നിലനിർത്തി.

സ്കൂൾ കുട്ടികൾ മറ്റുള്ളവരാൽ നിർബ്ബന്ധിക്കപ്പെട്ട് ജൂതപ്പള്ളികളിലോ മറ്റു മതപരമായ ചടങ്ങുകളിലോ പോകുന്നതിൽ ആൽബർട്ടിന് താല്പര്യമില്ലായിരുന്നു. അങ്ങനെ യൗവ്വനാരംഭത്തിൽത്തന്നെ തന്റെ സ്വന്തം ജൂതസ്ഥാപനത്തിലോ മറ്റു മതസ്ഥാപനങ്ങളിലോ അംഗമാകില്ലെന്നു മനസ്സിൽ ഉറപ്പിച്ചു.

ആൽബർട്ടിന് പതിനഞ്ചുവയസ്സുള്ളപ്പോൾ ഒട്ടും പ്രതീക്ഷിക്കാത്ത ഒരു വഴിത്തിരിവ് ഉണ്ടായി. മ്യൂണിക്കിൽ തന്റെ പിതാവിന്റെ ഇലക്ട്രിക്കൽ ഗുഡ്സ് ഫാക്ടറി സാമ്പത്തികനഷ്ടത്താൽ അടച്ചുപൂട്ടേണ്ടതായി വന്നു. പിന്നീട് ഇതേപോലുള്ള ഒരു സംരംഭം ഇറ്റലിയിലെ മിലാൻ പട്ടണത്തിൽ തുടങ്ങാനായി പോയി. എന്നിരുന്നാലും ആൽബർട്ട് മ്യൂണിക്കിലെ ജിംനേഷ്യത്തിൽ തുടർന്നു പഠിക്കണമെന്ന് പിതാവ് ആവശ്യപ്പെട്ടു. പിന്നീട് യൂണിവേഴ്സിറ്റിയിൽ ഉപരിപഠനം നടത്തുന്നതിന് ജിംനേഷ്യത്തിൽ നിന്നും ഡിപ്ലോമ നേടേണ്ടത് ആവശ്യമായിരുന്നു.

ജിംനേഷ്യത്തിൽ ശ്രേഷ്ഠഭാഷകളൊഴികെ ബാക്കി എല്ലാ വിഷയങ്ങൾക്കും മറ്റു കുട്ടികളേക്കാൾ ആൽബർട്ട് വളരെ മുന്നിലായിരുന്നു. തനിക്ക് താല്പര്യമില്ലാത്ത വിഷയങ്ങൾ പഠിക്കുന്നത് ആൽബർട്ടിന് ദുഷ്കരമായിരുന്നു. കൂടാതെ മാതാപിതാക്കളിൽ നിന്നുള്ള വിരഹവും താങ്ങാനാവാത്തതായിരുന്നു. എല്ലാവരുമായും ജിംനേഷ്യത്തിൽ സൗഹൃദത്തിലായിരുന്നെങ്കിലും തനിക്കു ചുറ്റുമുള്ള എന്തിനെയും സംശയദൃഷ്ടിയോടെ കണ്ടിരുന്നു.

ജിംനേഷ്യത്തിലെ ബോധനരീതി ആൽബർട്ട് ഇഷ്ടപ്പെട്ടിരുന്നില്ല. മനസ്സിലാക്കാതെ ഓർത്തുവയ്ക്കുന്നതിനു കൂട്ടാക്കാത്തതിൽ പലപ്പോഴും ശിക്ഷയും ലഭിച്ചിട്ടുണ്ട്.

വർഷത്തിന്റെ പകുതി സമയം ജിംനേഷ്യത്തിലെ ജീവിതം കഠിനമായിരുന്നു. പിന്നീട് മാതാപിതാക്കളുമായി ചേരാൻ ഇറ്റലിക്കുപോകാൻ തീരുമാനിച്ചു. അതിനായി സ്കൂളിലെ പഠനം തുടരുന്നതിൽ ബാധകമാകാത്തവിധത്തിൽ നാഡീസ്തംഭനാവസ്ഥ ചികിത്സിച്ചു സുഖപ്പെടുത്താൻ ആറുമാസത്തെ പൂർണ്ണവിശ്രമം വേണമെന്ന് ഒരു ഡോക്ടർസർട്ടിഫി

ക്കറ്റും ഗണിതത്തിൽ അസാധാരണമായ മികവുണ്ടായിരുന്നതിനാൽ ഉജ്ജ്വലമായ വാക്കുകളിലുള്ള അദ്ധ്യാപകരുടെ ഒരു സർട്ടിഫിക്കറ്റും വാങ്ങിച്ചു. പക്ഷേ, സ്കൂൾ പ്രിൻസിപ്പൽ ആൽബർട്ടിന്റെ സ്കൂളിലെ സാന്നിദ്ധ്യം മറ്റുകുട്ടികളുടെ പഠനത്തെ തകർക്കുമെന്നതിനാൽ സ്കൂൾ വിട്ടുപോകണമെന്ന് പറഞ്ഞു. സ്കൂൾഡ്രില്ലും മറ്റു ദിനചര്യപോലെ അനുഷ്ഠിക്കുന്നതിന് ഐൻസ്റ്റീൻ എതിരായിരുന്നു.

1895 ൽ മിലാനിലായിരുന്നപ്പോൾ, അദ്ദേഹം തന്റെ ജർമ്മൻ പൗരത്വം ഉപേക്ഷിച്ചു. മാതാപിതാക്കളും ഇളയ പെങ്ങളുമായുള്ള മിലാനിലെ ജീവിതം വളരെ ആഹ്ലാദകരമായിരുന്നു. മിലാനിൽ ഒരു സ്കൂളിലും പോകാതെ ഗണിതവും ഫിസിക്സും ഗഹനമായി പഠിച്ചു. പക്ഷേ, മാതാപിതാക്കൾ നിരാശയിലായിരുന്നു. ഒരു തൊഴിലെങ്കിലും നേടാൻ ആവശ്യപ്പെട്ടു. ഇറ്റാലിയൻ ഭാഷ അറിയാത്തതിനാൽ ജർമ്മനിക്കു പുറത്തുള്ള ജർമ്മൻ ഭാഷ മാദ്ധ്യമമായിട്ടുള്ള സ്കൂളിൽ അദ്ധ്യയനം നടത്താൻ ആഗ്രഹിച്ചു. അതിനായി സ്വിറ്റ്സർലന്റിൽ പോയി.

സ്വിറ്റ്സർലന്റിലെ സ്യൂറിച്ചിൽ വളരെ പ്രശസ്തമായ ഫെഡറൽ ഇൻസ്റ്റിറ്റ്യൂട്ട് ഓഫ് ടെക്നോളജി (FIT) എന്ന സാങ്കേതികസ്ഥാപനത്തിൽ ചേരാൻ ആഗ്രഹിച്ചു. പക്ഷേ, പ്രവേശനപ്പരീക്ഷയിൽ ഫിസിക്സിലും ഗണിതത്തിലും വിശിഷ്ടമായ മാർക്കുണ്ടായിരുന്നിട്ടും ഭാഷയിലും ജീവശാസ്ത്രത്തിലും പിന്നോക്കമായിരുന്നതിനാൽ അവിടെ ചേരാൻ സാധിച്ചില്ല.

വിഷണ്ണനായ ഐൻസ്റ്റീനെ, ഗണിതത്തിലുള്ള പ്രകടനം കണ്ടിട്ട്, ഇൻസ്റ്റിറ്റ്യൂട്ട് ഡയറക്ടർ ആരു (Aarau) സ്കൂളിൽനിന്നും ഡിപ്ലോമ കരസ്ഥമാക്കാൻ ഉപദേശിച്ചു. മ്യൂണിക് ജിംനേഷ്യത്തിലെപ്പോലെ പട്ടാളച്ചിട്ടയായിരിക്കുമെന്നോർത്തപ്പോൾ പോകാൻ വലിയ താല്പര്യമില്ലായിരുന്നു.

ആരു (Aarau) നേരത്തെ വിചാരിച്ചതിൽനിന്നും നേരെ വിപരീതമായിരുന്നു. സ്വതന്ത്രവും സുഖപ്രദവും മാനസിക പിരിമുറുക്കം ഇല്ലാത്തതുമായ ആരോ സ്കൂളിലെ അദ്ധ്യാപകരെയും ഐൻസ്റ്റീൻ ഇഷ്ടപ്പെട്ടു.

ആരുവിലെ അദ്ധ്യാപകരും മാർഗ്ഗനിർദ്ദേശങ്ങൾക്കും ചർച്ചകൾക്കും എല്ലായ്പ്പോഴും തയ്യാറായിരുന്നു. ഏതു ശാസ്ത്രത്തിനും വേണ്ട പരീക്ഷണശാലകളും, മൈക്രോസ്കോപ്പുകളും മ്യൂസിയങ്ങളും ഉണ്ടായിരുന്നു.

ആരുവിലെ പഠനം സ്കൂൾ പരിതഃസ്ഥിതികളോടുള്ള നീരസം ഇല്ലാതാക്കി. ഒരു വർഷത്തെ പഠനശേഷം കിട്ടിയ മാർക്കിന്റെ അടിസ്ഥാനത്തിൽ സ്യൂറിച്ചിലെ പോളിടെക്നിക്കിൽ പ്രവേശനം ലഭിച്ചു.

ഒരു ഉപജീവനമാർഗ്ഗമായി വാണിജ്യ (Commerce)ത്തേക്കാൾ ഇഷ്ടപ്പെട്ടത് അദ്ധ്യാപനമായിരുന്നു. കാരണം ശാസ്ത്രാഭിരുചിയെ പിന്തുടരാനും ഒപ്പം അന്തസ്സായ ജീവിതമാർഗ്ഗമായിട്ടും ആരുവിൽ വച്ച് ഒരു പ്രബന്ധമെഴുതി. "ഭാവിക്കുവേണ്ടിയുള്ള എന്റെ പദ്ധതികൾ (My Future Plans for the Future) എന്നതായിരുന്നു പ്രബന്ധത്തിന്റെ ശീർഷകം.

ഐൻസ്റ്റീന് പതിനേഴു വയസ്സുള്ളപ്പോൾ സൂറിച്ച് പോളിടെക്നിക്കിൽ പ്രവേശിച്ചു. സെക്കന്ററി സ്കൂൾതലത്തിൽ അദ്ധ്യാപകനാകാൻ പറ്റുന്ന ഒരു നാലുവർഷകോഴ്സായിരുന്നു.

ഈ സമയം ഗണിതത്തേക്കാൾ അഭികാമ്യമായി ഐൻസ്റ്റീന് തോന്നിയത് ഫിസിക്സ് ആയിരുന്നു. ഫിസിക്സ് അദ്ധ്യാപനം കാലഹരണപ്പെട്ടതും പാണ്ഡിത്യപ്രദർശനവും മാത്രമായിരുന്നു. പ്രകൃതി പ്രതിഭാസങ്ങൾ വസ്തുതാപരമായും യുക്തിപരമായും ചർച്ചചെയ്യപ്പെട്ടിരുന്നില്ല.

എങ്കിലും ലക്ചറുകൾ ഐൻസ്റ്റീനെ ഫാരഡെ, മാക്സ്വെൽ, ലോറൻസ് തുടങ്ങിയ മുൻചിന്തകന്മാരുടെ ബുക്കുകൾ വായിക്കാൻ പ്രേരകമായി. ഈ കാലം ഭൗതികശാസ്ത്രത്തിന്റെ ഒരു മാറ്റത്തുടക്കമായിരുന്നു. പുതിയപുതിയ ശാസ്ത്രജ്ഞന്മാരുടെ ആശയങ്ങളെ കോർത്തിണക്കി ഒരു ചട്ടക്കൂട് (Frame work) ഉണ്ടാക്കി അതിന്മേൽ ഫിസിക്സിന്റെ ഘടനയെ സ്ഥാപിക്കാൻ ഐൻസ്റ്റീനു കഴിഞ്ഞു.

കിർചോഫ്, ഹോർട്ട്സ് തുടങ്ങിയവരുടെ വൈദ്യുതപ്രവാഹം മാർക്സ്വെല്ലിന്റെ വൈദ്യുതകാന്തിക സിദ്ധാന്തം, ഹെൻട്രിക് ലോറൻസിന്റെ ദ്രവ്യത്തിന്റെ ഇലക്ട്രോൺ സിദ്ധാന്തം, ഏണസ്റ്റ് മാച്ചിന്റെ ഫിസിക്സിലെ അടിസ്ഥാനസിദ്ധാന്തങ്ങൾ എല്ലാം ഐൻസ്റ്റീൻ വായിച്ചു.

ന്യൂട്ടനെപ്പോലെതന്നെ ഐൻസ്റ്റീനും ആദ്യം മുൻകാല ശാസ്ത്രജ്ഞന്മാരുടെ തോളിൽ ചവിട്ടി നില്ക്കണമായിരുന്നു. 1921 ൽ ലണ്ടനിൽ ആപേക്ഷികത (Relativity) യെപ്പറ്റിയുള്ള പ്രസംഗത്തിൽ അദ്ദേഹം പരസ്യമായി മുൻ ചിന്തകന്മാരോട് താൻ കടപ്പെട്ടിരിക്കുന്നു എന്ന് പ്രഖ്യാപിച്ചു. "ആപേക്ഷികത എന്നത് ഒരു സെൻസിൽ ഫാരഡെ, മാക്സ് വെൽ, ലോറൻസ് എന്നിവരുടെ പ്രയത്നഫലത്തിന്റെ പൂർത്തീകരണമാണ്" അദ്ദേഹം തുറന്നടിച്ചു.

സൂറിച്ചിലേക്കു മടങ്ങിവന്നപ്പോൾ കണ്ടത് ഫിസിക്സിനേക്കാളും വളരെയധികം മുന്നിലായിരുന്നു ഗണിതമെന്ന്. അദ്ധ്യാപകരുടെ കൂട്ടത്തിൽ റഷ്യക്കാരനായ ഹെർമൻ മിൻകോവ്സ്കി (Hermann Minkowski) ഉണ്ടായിരുന്നു. ചെറുപ്പമായിരുന്നെങ്കിലും ആ കാലയളവിലെ ഒരു പ്രഗത്ഭനായ അദ്ധ്യാപകനായിരുന്നു അദ്ദേഹം. എങ്കിലും ഐൻസ്റ്റീൻ അദ്ദേഹത്തിന്റെ ക്ലാസുകൾ കട്ട്ചെയ്തിരുന്നു. ഒരേയൊരു കാരണം– അദ്ദേഹം ഒരു നല്ല ലക്ചറർ ആയിരുന്നില്ല. വിരോധാഭാസമെന്നു പറയട്ടെ, ഈ ഗണിത അദ്ധ്യാപകനായിരുന്നു ഐൻസ്റ്റീന്റെ ആശയങ്ങൾക്കെല്ലാം ഒരു ഗണിതപരമായ ആകൃതി–രൂപംകൊടുത്തത്. അതുതന്നെയായിരുന്നു ഭാവിയിൽ ആപേക്ഷികതത്ത്വത്തിന്റെ വികസനപാത തെളിയിച്ചുകൊടുത്തതും.

നിലവിലിരുന്ന പരീക്ഷണങ്ങളുമായി ബന്ധപ്പെടാൻ ഐൻസ്റ്റീൻ വിമുഖനായിരുന്നു. സ്വന്തം രീതിയിൽ പരീക്ഷണങ്ങൾ നടത്താനായിരുന്നു താല്പര്യം. അദ്ധ്യാപകർ, ഐൻസ്റ്റീൻ മർക്കടമുഷ്ടിക്കാരനെന്നു

വിധിയെഴുതി. പഴഞ്ചൻ രീതികളും തെളിയിക്കപ്പെടാത്തതും അദ്ദേഹം സ്വീകരിച്ചില്ല. ഒരിക്കൽ പ്രൊഫസർ ഹെൻറിച്ച് വെബർ (Henrich Weber) ഐൻസ്റ്റീനെ നിശിതമായി വിമർശിച്ചു. "ഐൻസ്റ്റീൻ നീ വളരെ കുശാഗ്രബുദ്ധിയുള്ള കുട്ടിയാണ്, പക്ഷേ, നിനക്കൊരു വലിയ കുറവുണ്ട്. നിന്നോടെന്തെങ്കിലും പറയാൻ നീ അനുവദിക്കില്ല."

സൂറിച്ചിലെ FIT യിൽ ചേർന്ന അതേ വർഷംതന്നെ ഐൻസ്റ്റീൻ തന്റെ ജർമ്മൻ പൗരത്വം ഔദ്യോഗികമായി ഉപേക്ഷിച്ചു. പിന്നീട് സ്വിസ് പൗരത്വത്തിനുവേണ്ടി ശ്രമിച്ചു.

പോളിടെക്നിക്കിൽ ഐൻസ്റ്റീന് ധാരാളം കൂട്ടുകാരെ നേടാനായില്ല. വാസ്തവത്തിൽ മറ്റുള്ളവർ അദ്ദേഹത്തെ ഇഷ്ടപ്പെട്ടതുമില്ല. 175 സെമീ ഉയരവും കറുത്തു ചുരുണ്ട മുടിയും ഒരുചെറിയ മേല്മീശയും ആയിരുന്നു അദ്ദേഹത്തിന്റെ ആകാരം. വിശാലമായ വായ്, ഋജുവായ നാസിക, വിരിഞ്ഞ തോളുകൾ, കുനിഞ്ഞുള്ള നടത്തം.

സമയം അദ്ദേഹത്തിനു വളരെ വിലപ്പെട്ടതായിരുന്നു. നുഴഞ്ഞു കയറ്റക്കാർ ആരെങ്കിലും സമയം അപഹരിക്കാൻ വന്നാൽ തന്റെ മൂർച്ചയേറിയ വാക്കുകൾ അവരെ ആട്ടിയകറ്റുമായിരുന്നു. എന്നിരുന്നാലും നർമ്മരസം ഉണ്ടായിരുന്നു. അദ്ദേഹം തമാശ കേട്ടാൽ വളരെ ഉച്ചത്തിൽ ഹൃദ്യമായി ചിരിക്കുമായിരുന്നു.

FIT യിലെ അദ്ദേഹത്തിന്റെ സുഹൃത്തുക്കൾ മൈക്കൾ ആൻജലോ, ബെസ്സോ, മാഴ്സെൽ ഗ്രോസ്മാൻ, മാരിറ്റി എന്നു വിളിക്കപ്പെട്ടിരുന്ന മിലേവാ മേരി എന്ന സുന്ദരിയായ യുവതി എന്നിവരായിരുന്നു. ഐൻസ്റ്റീന്റെ ഉറ്റ സ്നേഹിതയായിരുന്ന മേരിയുമായി പഠനസംബന്ധമായ കാര്യങ്ങളും ആശയങ്ങളും ചർച്ചചെയ്യുക പതിവായിരുന്നു.

ചിലപ്പോഴൊക്കെ സുഹൃത്തുക്കളുമായി ഒരു ഗാനമേളയ്ക്കോ നാടകത്തിനോ പോകുമായിരുന്നു. അതുപോലെ എല്ലാ തരത്തിലുമുള്ള ലോകകാര്യങ്ങൾ ചർച്ചചെയ്യപ്പെടുന്ന കോഫീ ഹൗസിലും കൂട്ടുകാരോടൊപ്പം പോകാൻ ഇഷ്ടപ്പെട്ടിരുന്നു.

ഇങ്ങനെയുള്ള ചുരുക്കം സായം സന്ധ്യകളൊഴിച്ചാൽ ബാക്കി സമയമെല്ലാം പഠനത്തിൽ ശ്രദ്ധിച്ചിരുന്നു. മറ്റുവിഷയങ്ങൾ പഠിക്കാനുള്ള വൈമുഖ്യം അവ പാസാകാൻ ഏറെ കഷ്ടപ്പെടേണ്ടിവന്നു. ഇവിടെയും സഹപാഠിയായ ഗ്രോസ്മാൻ രക്ഷകനായി.

ഗ്രോസ്മാൻ, അയാളുടെ സ്വന്തം ലക്ചർ നോട്ടുകൾ ഐൻസ്റ്റീന് ഫൈനൽ പരീക്ഷയ്ക്ക് പഠിക്കാൻ കൊടുത്തു. 1900-ാമാണ്ടിലെ വസന്തകാലത്ത് സ്വിസ് പോളിടെക്നിക്കിൽനിന്നും എൺപത്തി രണ്ടു ശതമാനം മാർക്കോടെ ഐൻസ്റ്റീൻ പാസായി.

പിതാവിന്റെ സാമ്പത്തികനില മോശമായതുകൊണ്ട് സ്യൂറിച്ചിലെ കോളേജ് പഠനത്തിനു മകനെ സഹായിക്കാൻ അദ്ദേഹത്തിന് സാധിച്ചില്ല. സാമ്പത്തികശേഷിയുള്ള ഒരു ബന്ധു ഐൻസ്റ്റീന് എല്ലാ മാസവും നൂറു ഫ്രാങ്ക്സ് നല്കിയിരുന്നതുകൊണ്ട് അത്യാവശ്യ കാര്യങ്ങൾക്കു ചെലവാക്കാൻ സാധിച്ചു.

2

ജോലി തേടി

ബിരുദം നേടിയ ഉടനെ തന്നെ അദ്ദേഹത്തിന് ഒരു ജോലി ആവശ്യമായിരുന്നു. FIT ൽ ഒരദ്ധ്യാപകനാകാൻ ആശിച്ചെങ്കിലും നിരാശനാകേണ്ടിവന്നു. എന്നാൽ മറ്റു മൂന്നുപേർക്ക് ജോലി കൊടുക്കുകയുംചെയ്തത് അദ്ദേഹത്തെ ചകിതനാക്കി. ഐൻസ്റ്റീൻ സമർത്ഥനാണെങ്കിലും ഒരു അദ്ധ്യാപകനോ അല്ലെങ്കിൽ ഊർജ്ജതന്ത്രജ്ഞനോ ആകാനുള്ള അർഹതയില്ലെന്നായിരുന്നു അദ്ധ്യാപകരുടെ നിഗമനം. ഒരു ശുപാർശകത്തുപോലും ആരുംതന്നെ കൊടുത്തില്ല. പ്രൊ. വെബർ ആദ്യം ഐൻസ്റ്റീനെ ഉപസഹായിയാക്കാമെന്ന് വാക്കു കൊടുത്തിരുന്നെങ്കിലും, പിന്നീട് വാക്കു പാലിക്കാത്തതിൽ അദ്ദേഹത്തോട് ഒരിക്കലും രമ്യപ്പെട്ടിരുന്നില്ല.

അവസാനം 1901 ൽ അദ്ദേഹത്തിന് സ്വിസ് പൗരത്വം അനുവദിക്കപ്പെട്ടു. ഒരു ജോലിക്കുവേണ്ടി ഉഴറി നടന്ന അദ്ദേഹം രണ്ടു കുട്ടികൾക്ക് ട്യൂഷൻ നല്കി. ശമ്പളം കഷ്ടിയായിരുന്നെങ്കിലും തന്റെ കൊച്ചുശിഷ്യരെ പഠിപ്പിക്കുന്നത് വളരെ ആസ്വാദ്യകരമായിരുന്നു. നല്ല ബോധനത്തിനുള്ള ഉപകരണങ്ങൾ അദ്ദേഹംതന്നെ രൂപകല്പന ചെയ്ത് പഠിപ്പിച്ചിരുന്നത് ശിഷ്യർക്ക് വളരെ ഇഷ്ടപ്പെട്ടെങ്കിലും മറ്റദ്ധ്യാപകർ അദ്ദേഹത്തിന്റെ രീതികൾ എതിർത്തതുകൊണ്ട് ജോലി ഉപേക്ഷിക്കേണ്ടി വന്നു

വീണ്ടും അദ്ദേഹം കഷ്ടത്തിലായി. പള്ളി ആധിപത്യമുള്ള സ്വിറ്റ്സർലന്റിലെ മാനേജ്മെന്റ് സ്കൂളുകൾ, ഐൻസ്റ്റീൻ ഒരു ജൂതനായതുകൊണ്ടാണ് താൻ അസ്വീകാര്യനാകുന്നതെന്ന് അദ്ദേഹം വിചാരിച്ചു.

തന്റെ അന്ധകാരനിബിഡമായ ഈ സമയത്ത് ഗ്രോസ്മാൻ വീണ്ടും അദ്ദേഹത്തിന്റെ സഹായത്തിനെത്തി. ബേണിലെ പേറ്റന്റ് ഓഫീസിന്റെ ഡയറക്ടറായിരുന്നു Mr. Haller (ഹാളർ)ന് ഐൻസ്റ്റീനെ പരിചയപ്പെ

ടുത്തി. സ്വതന്ത്രചിന്താഗതിക്കാരനായ, എന്നാൽ ഒരു പ്രത്യേക രീതിയിൽ മാത്രം ജോലി ചെയ്യാത്ത ഒരാളെ ആയിരുന്നു പേറ്റന്റ് ഓഫീസിൽ മിസ്റ്റർ ഹാളർക്ക് ആവശ്യം. ദീർഘസമയം ഹാളർ, ഐൻസ്റ്റീനെ അഭിമുഖം നടത്തി. മുൻപരിചയമില്ലാത്തയാളാണെങ്കിലും, പേറ്റന്റ് ഓഫീസിന് യോജിക്കുന്ന ഉദ്യോഗസ്ഥനായിരിക്കുമെന്ന് കണ്ട് ഐൻസ്റ്റീനെ നിയമിച്ചു.

സ്യൂറിച്ചിൽനിന്നും ബേണിലേക്കുള്ള മാറ്റം അദ്ദേഹത്തിന്റെ ജീവിതത്തിലെ ഒരു മാറ്റത്തുടക്കമായി. ശമ്പളം 250 സ്വിസ് ഫ്രാങ്ക്സ് ആയിരുന്നു. ഈ ജോലികൊണ്ട് പണവും ശാസ്ത്രീയ സൂക്ഷ്മ പരിശോധനയ്ക്കു വേണ്ട സമയവും കിട്ടി. വിവാഹത്തെക്കുറിച്ചും ചിന്തിച്ചുതുടങ്ങി.

വിവാഹം

മിലേവ മറിയ സെർബിയയിൽനിന്നും നാടുകടത്തപ്പെട്ട് സ്വിറ്റ്സർലന്റിൽ അഭയം തേടിയ ഒരു വനിതയായിരുന്നു. മിലേവ ഐൻസ്റ്റീനേക്കാൾ നാലുവയസ്സ് കൂടുതലും, സ്വന്തമായി പോപ്പുള്ള ഒരു എതിർക്രിസ്ത്യൻ വിഭാഗമായ ഈസ്റ്റേൺ ഓർത്തഡോക്സ് ചർച്ചിലെ അംഗവുമായിരുന്നു.

എങ്കിലും മിലേവ മതവിശ്വാസി ആയിരുന്നില്ല. സ്വതന്ത്രചിന്താഗതിക്കാരിയെന്ന് സ്വയം ചിന്തിച്ചിരുന്ന മിലേവ ഉന്നതമേധാശക്തിക്ക് ഉടമയായിരുന്നു. അക്കാലത്ത് സ്ത്രീകൾ ശാസ്ത്രമണ്ഡലത്തിൽ ജീവിതവൃത്തി തേടുന്നത് വിരളമായിരുന്നു. മേരി സോമർവില്ലെ, അഡാലൗലേസ്,

ഭാര്യ ടിലേവയൊടൊപ്പം ഐൻസ്റ്റീൻ

പിന്നെ മേരികൃൂറി ഇങ്ങനെ വളരെ ചുരുക്കം പേർ മാത്രമായിരുന്നു ശാസ്ത്ര മണ്ഡലത്തിൽ പ്രശോഭിച്ചിരുന്നവർ. മിലേവയും ഒരസാധാരണ പെൺകുട്ടിയായിരുന്നതിനാലാണ് ഐൻസ്റ്റീന് അവളോട് ആകർഷണം തോന്നിയത്.

ഐൻസ്റ്റീന് ബിരുദം കിട്ടിയ 1901 ൽത്തന്നെ അവർ വിവാഹിതരാകാൻ തീരുമാനിച്ചു. എന്നാൽ ഐൻസ്റ്റീന്റെ കുടുംബം, പ്രത്യേകിച്ചും അമ്മ ഈ വിവാഹത്തെ ശക്തമായി എതിർത്തു. പിതാവ് ഹെർമ്മൻ ഐൻസ്റ്റീൻ മരണ ശയ്യയിൽ കിടന്നപ്പോൾ മാത്രമാണ് ഈ ബന്ധത്തിന് അനുവദിച്ചത്. അദ്ദേഹത്തിന്റെ മരണശേഷം 1903 ജനുവരിയിൽ അവർ വിവാഹിതരായി.

ആദ്യമൊക്കെ ബന്ധം സന്തോഷകരമായിരുന്നു. എന്നാൽ ദിവസങ്ങൾ കഴിയുന്തോറും ഐൻസ്റ്റീന്റെ വ്യത്യസ്തമായ വ്യക്തിത്വവും സംഭാഷണരീതിയും എല്ലാം മിലേവയെ അസന്തുഷ്ടയാക്കി. കൂടാതെ വിട്ടുവീഴ്ചയില്ലാത്തതും കർക്കശവുമായ മിലേവയുടെ സ്വഭാവം ഐൻസ്റ്റീനെയും നിരാശനാക്കി.

ശാസ്ത്രീയധാരണ മിലേവയ്ക്കു കുറവായിരുന്നതിനാൽ ഐൻസ്റ്റീന്റെ ആശയങ്ങളുമായി പൊരുത്തപ്പെടാൻ കഴിഞ്ഞില്ല.

അവർക്ക് രണ്ട് ആൺമക്കളായിരുന്നു. മൂത്തമകൻ ആൽബർട്ട് 1904 ലും രണ്ടാമത്തെ മകൻ എഡ്വേർഡ് 1910 ലും ജനിച്ചു. ഐൻസ്റ്റീന് മക്കളോട് വലിയ വാത്സല്യമായിരുന്നു. മക്കളോട് ധാരാളം സംസാരിക്കുകയും അദ്ദേഹത്തിന്റെ മനസ്സിലുള്ളതു തുറന്നുപറയുകയും ചെയ്യുമായിരുന്നു. മക്കളിൽനിന്നും കിട്ടിയ പ്രതികരണം അദ്ദേഹത്തെ വളരെയധികം രസിപ്പിക്കുകയും സന്തോഷിപ്പിക്കുകയുംചെയ്തിരുന്നു.

പേറ്റന്റ് ഓഫീസ് ജോലി ഐൻസ്റ്റീനെ ആഹ്ലാദിപ്പിച്ചിരുന്നു. മിക്കവാറും കണ്ടുപിടിത്തങ്ങളെല്ലാംതന്നെ കലാത്മകവും, പിന്നെ അവതരിപ്പിച്ച രീതി അർത്ഥം വ്യക്തമല്ലാത്തതുമായിരുന്നു. പേറ്റന്റ് ഓഫീസ് കണ്ടുപിടിത്തങ്ങൾക്കും കണ്ടുപിടിച്ചവർക്കും നിയമപരമായ സംരക്ഷണം നല്കിയിരുന്നു. അതിനാൽ ഓരോ കണ്ടുപിടിത്തത്തിന്റെയും അടിസ്ഥാനലക്ഷണങ്ങളും വ്യക്തമായ ഭാഷയിൽ വിശദീകരിക്കണമായിരുന്നു. ഇതത്ര എളുപ്പമായിരുന്നില്ല. എങ്കിലും ഐൻസ്റ്റീന് ധാരാളം പുതിയ ആശയങ്ങൾ പഠിക്കാൻ അവസരം നല്കി. അതുകൊണ്ടാണ് അദ്ദേഹത്തിന്റെ പിന്നീടുള്ള ജീവിതത്തിൽ ഓരോ സങ്കല്പവും പെട്ടെന്നു ഗ്രഹിക്കുന്നതിനുള്ള കഴിവേകിയത്.

ഐൻസ്റ്റീൻ ചെസ്, ബ്രിഡ്ജ് എന്നിവ കളിച്ചിരുന്നില്ല, കുറ്റാന്വേഷണ നോവലുകളും വായിച്ചിരുന്നില്ല. സാങ്കേതിക പരീക്ഷണസാമഗ്രികൾ രൂപകല്പന ചെയ്യുന്നതിലായിരുന്നു താല്പര്യം. എന്നിരുന്നാലും സാമഗ്രികളിലുള്ള താല്പര്യം അവയുടെ പ്രായോഗിക ഉപയോഗങ്ങളിലായിരുന്നില്ല, എന്നാൽ അവയുമായി ബന്ധപ്പെട്ട പ്രശ്നങ്ങൾ പരിഹരിക്കുന്നതിലായിരുന്നു.

ഐൻസ്റ്റീന്റെ ബുദ്ധിരാക്ഷസന്മാർ:

ഗലീലിയോ ഗലീലിയും ഐസക് ന്യൂട്ടനുമായിരുന്നു ഐൻസ്റ്റീന്റെ ബുദ്ധിരാക്ഷസന്മാർ.

പുരാതന ഹിന്ദു ദാർശനികരും പിന്നീട് ഗ്രീക്ക് ബുദ്ധിജീവികളും പ്രകൃതിരഹസ്യങ്ങളെ അവരുടെ ചിന്തകളിൽകൂടി തൊട്ടറിഞ്ഞിരുന്നു. വേദിക് ജ്യോതിശാസ്ത്രം, നമ്മുടെ ഋഷിമാർക്കുണ്ടായിരുന്ന അവബോധത്തിന്റെ ഒരു ജീവിക്കുന്ന തെളിവാണ്. ഗണിതം, ഊർജ്ജതന്ത്രം, രസതന്ത്രം ഈ ശാസ്ത്രവിഭാഗങ്ങളും വേദിക് ഘട്ടത്തിൽ പൂത്തുലഞ്ഞു. പൂജ്യം, 1 മുതൽ 9 വരെയുള്ള അക്കങ്ങളും ഹിന്ദുഗണിതജ്ഞന്മാരുടെ സംഭാവനകളാണ്. 'സൂര്യസിദ്ധാന്തം' ഗ്രഹങ്ങളുടെ പരിക്രമണത്തെപ്പറ്റി വിശദീകരിക്കുന്നു. അതുപോലെ കണാദൻ അണുഘടനയെപ്പറ്റിയുള്ള അണു സിദ്ധാന്തം, ഗ്രീസിലെ ഡെമോക്രറ്റിസിനും മുമ്പേ കണ്ടുപിടിച്ചിരുന്നു. ഇന്ത്യയുടെയും ഗ്രീസിന്റെയും ശാസ്ത്രീയപാരമ്പര്യം നശിച്ചതു ക്രിസ്തുമതത്തിന്റെയും ഇസ്ലാം മതത്തിന്റെയും ആവിർഭാവത്തോടെയാണ്.

മദ്ധ്യകാലം മുതൽ ഭൗതികശാസ്ത്രത്തിന് വിലപ്പെട്ട ചവിട്ടുപടികൾ നല്കിയ ബുദ്ധിരാക്ഷസന്മാരായി ഐൻസ്റ്റീൻ ആരാധിച്ചിരുന്നവർ കാലക്രമം അനുസരിച്ച് ഗലീലിയോ ഗലീലി (16th Century), 1642 ൽ ഇംഗ്ലണ്ടിൽ ജനിച്ച സർ ഐസക് ന്യൂട്ടൻ, മൈക്കൾ ഫാരഡെ (1791-1867), ജെയിംസ് ക്ലേർക്ക് മാക്സ് വെൽ (1831-1879), ഹെൻറിച്ച് ഹേർട്ട്സ് (1857 -1894) ഹെൻറിച്ച് ലോറൻസ് (1853-1928) തുടങ്ങിയവരായിരുന്നു. അവരെല്ലാംതന്നെ സൈദ്ധാന്തികമായി തന്റെ ശാസ്ത്രജീവിതഗതിയിൽ വളരെ സ്വാധീനിച്ചവരാണ്.

ഫ്രിക്ഷൻ എന്ന ശക്തിയെ ആദ്യമായി സംഭാവന ചെയ്തത് ഗലീലിയോ ആണ്.

ഫാരഡെ വൈദ്യുതകാന്തികപ്രേരണം (Electro Magnetic Induction) എന്ന പ്രതിഭാസം കണ്ടുപിടിച്ചു. വൈദ്യുതിയും കാന്തികത്വവും രണ്ടും പ്രേഷണം ചെയ്യപ്പെടുന്നതും അദൃശ്യമായ ബലരേഖകളിൽ കൂടിയാണെന്ന് അദ്ദേഹം തെളിയിച്ചു.

പിന്നീട് മാക്സ് വെൽ ഫാരഡെയുടെ വൈദ്യുത കാന്തികത്വത്തിന് ഗണിതപരമായ അടിസ്ഥാനം കൊടുത്തു. അങ്ങനെ അദ്ദേഹം കണ്ടുപിടിച്ച സമവാക്യങ്ങളാണ് 'മാക്സ് വെൽസ് ഇക്വേഷൻസ്'. ഇലക്ട്രിസിറ്റിയും മാഗ്നറ്റിസവും ഒരേ ശക്തിയുടെ ദർശനങ്ങളാ (ആസ്പെക്റ്റുകൾ)ണെന്നും അതിനാൽ അതിനെ ഇലക്ട്രോമാഗ്നറ്റിസം എന്നും വിളിച്ചു. പ്രകാശവും ഇതിന്റെ ഒരുതരം ഊർജ്ജമാണെന്നു തെളിയിച്ചു. പ്രകാശവേഗതയും വൈദ്യുതകാന്തികതരംഗവേഗതയും തുല്യമാണെന്നും തെളിയിച്ചു. അതുപോലെതന്നെ വൈദ്യുതി പ്രേഷണം ചെയ്യുന്നതിനും കമ്പി വേണ്ടെന്നു തെളിയിച്ചതാണ് റേഡിയോ അഥവാ വയർലെസ് കമ്യൂണിക്കേഷൻ.

ഹെൻറിച്ച് ഹേർട്ട്സ് എല്ലാ തരംഗങ്ങൾക്കും തരംഗദൈർഘ്യമുണ്ടെന്നും തെളിയിച്ചു.

ഇംഗ്ലണ്ടിൽ 1642 ൽ ജനിച്ച അതേവർഷംതന്നെയാണ് ഇറ്റലിയിൽ ഗലീലിയോ അന്തരിച്ചത്. ന്യൂട്ടന്റെ ചലനനിയമങ്ങളും ആപേക്ഷികസിദ്ധാന്തവും എല്ലാം ഐൻസ്റ്റീനെ ഹഠാദാകർഷിച്ചിരുന്നു.

മൈക്കൾസൺ – മോർലി പരീക്ഷണം

പ്രകാശപ്രവേഗം കണ്ടുപിടിക്കാനായിരുന്നു ഈ പരീക്ഷണം. അക്കാലത്തെ ശാസ്ത്രജ്ഞന്മാർ വിശ്വസിച്ചിരുന്നത്, ഈതർ എന്നുവിളിക്കപ്പെട്ടിരുന്ന അദൃശ്യമായ ഒരു പദാർത്ഥം ബഹിരാകാശത്തു നിറഞ്ഞിരിക്കുന്നു എന്നായിരുന്നു. ഈതർ സാന്നിദ്ധ്യം (സങ്കല്പം) മൈക്കൾസൺ മോർലി പരീക്ഷണത്തെ സ്വാധീനിച്ചു. ഈ തടസ്സങ്ങളെല്ലാം അതിജീവിച്ചത് ഒരു മഹത്തരമായ ആശയംകൊണ്ടായിരുന്നു. അതിശയമെന്നു പറയട്ടെ പ്രകാശപ്രവേഗം എല്ലാ ദിശകളിലും ഒരുപോലെയായിരുന്നു. അവസാനം ഈതർ എന്നൊരു വസ്തു ഇല്ലെന്ന് അവർ അനുമാനിച്ചു. 1905 കളിൽ സൂറിച്ചിൽ ഒരു വിദ്യാർത്ഥിയായിരുന്ന ഐൻസ്റ്റീൻ, തന്റേതായ രീതിയിൽ എല്ലാ പരിണാമങ്ങളെയും പഠിക്കുകയായിരുന്നു. അദ്ദേഹത്തിന്റെ ചിന്തയിൽ ഈതർ എന്നൊരു വസ്തു ഇല്ലെന്ന് സമർത്ഥിച്ചു. 1905 ൽ ശാസ്ത്രജ്ഞന്മാർ ഐൻസ്റ്റീന്റെ പ്രസ്താവന സ്വീകരിച്ചു.

3

1905-ശാസ്ത്രീയ അത്ഭുതങ്ങളുടെ വർഷം

പേറ്റന്റ് ഓഫീസിലെ ജോലി ഐൻസ്റ്റീന് നന്നേ ബോധിച്ചു. കാരണം, പുതിയ പുതിയ കണ്ടുപിടിത്തങ്ങളുടെ ആധികാരികമായ പരിശോധനകൾ നടത്തുന്നത് ഐൻസ്റ്റീന് വളരെ സന്തോഷകരവും രസകരവുമായിരുന്നു. കൂടാതെ ഗണിതത്തിലും ഫിസിക്സിലും കൂടുതലായി ചിന്തിക്കാനും എഴുതാനും സമയം കിട്ടി. പ്രകാശം, ചലനം ഇവ രണ്ടിനെയും കേന്ദ്രീകരിച്ചുള്ള കുഴപ്പിക്കുന്ന പ്രശ്നങ്ങളായിരുന്നു ചിന്താവിഷയം.

1905 ശാസ്ത്രചരിത്രത്തിലെ ഏറ്റവും അത്ഭുതാവഹമായ വർഷമായിരുന്നു. സാമ്പത്തിക പ്രതിസന്ധിയും കുടുംബപ്രശ്നങ്ങളും ഉണ്ടായിട്ടും ഐൻസ്റ്റീൻ ഒന്നോരണ്ടോ അല്ല നാലു യുഗസൃഷ്ടിപ്രബന്ധങ്ങളാണ് ആ ഒരൊറ്റ വർഷംകൊണ്ട് പ്രസിദ്ധീകരിച്ചത്. തന്റെ ചെറിയ ഫ്ളാറ്റിലെ പുറകിലത്തെ മുറിയിൽ ഏകനായാണ് ഈ നേട്ടം കൈവരിച്ചത്. ഇത്തരത്തിൽ ശാസ്ത്ര ചരിത്രത്തിൽ ഇതിനു മുമ്പുണ്ടായിട്ടുള്ള ഒരേ ഒരു നേട്ടം 1665-66 ൽ വൂൾസ് തോർപ്പിൽ (ഇംഗ്ലണ്ട്) ന്യൂട്ടൻ ചെലവഴിച്ച വർഷമായിരുന്നു.

1905 മാർച്ചിൽ ഐൻസ്റ്റീൻ ആറ്റങ്ങളുടെയും തന്മാത്രകളുടെയും പ്രകൃതിയെ ആസ്പദമാക്കി ഒരു പ്രബന്ധം അവതരിപ്പിച്ചു. അതിനായി അദ്ദേഹം ഒരു പരീക്ഷണം ചെയ്തു പൊടിയും വെള്ളവും കലർന്ന ഒരു മിശ്രിതം മൈക്രോസ്കോപ്പിൽക്കൂടി നിരീക്ഷിച്ചപ്പോൾ പൊടിയുടെ കണികകൾക്ക് ഒരിക്കലും നിലയ്ക്കാത്ത ഒരു കൃത്രിമ ചലനം ഉള്ളതായും ജലതന്മാത്രകൾ പൊടികണികകളെ എല്ലാ ദിശകളിലേക്കും വിന്യസിപ്പിക്കുന്നതായും കണ്ടു. അക്കാലത്ത് ആറ്റങ്ങളുടെയും തന്മാത്രകളുടെയും സ്വഭാവത്തെപ്പറ്റിയുള്ള ധാരണ ശാസ്ത്രജ്ഞന്മാർക്കിടയിൽ ഒരു വിവാദമുളവാക്കിയിരുന്നു. എന്നാൽ ഈ പരീക്ഷണത്തിനുശേഷം

ശാസ്ത്രജ്ഞന്മാരെ ഈ വിഷയം ബോദ്ധ്യപ്പെടുത്താൻ ഐൻസ്റ്റീനു കഴിഞ്ഞു.

രണ്ടാമത്തെ പ്രബന്ധം ഫോട്ടോ ഇലക്ട്രിക് പ്രഭാവത്തെപ്പറ്റിയായിരുന്നു. ഇത് പിന്നീട് ഐൻസ്റ്റീന് നോബൽ പ്രൈസ് നേടിക്കൊടുത്തു.

ഒരു ലോഹപ്ലേറ്റിന്റെ പ്രതലത്തിൽ പ്രകാശം തട്ടുമ്പോൾ ഇലക്ട്രോണുകൾ ആവിർഭവിക്കുന്നതായിരുന്നു പ്രതിപാദ്യം. ഒരു ജർമ്മൻ ഊർജ്ജതന്ത്രജ്ഞനായിരുന്ന ഫിലിപ്പ് ലെനാർഡ് ശക്തികൂടിയ പ്രകാശം മെറ്റൽ പ്രതലത്തിൽ അതേ വേഗതയിൽ തട്ടുമ്പോൾ ഇലക്ട്രോൺ പ്രവാഹം വർദ്ധിക്കുന്നതായി കണ്ടിരുന്നു. അദ്ദേഹം ഉപയോഗിച്ചത് നീലവെളിച്ചമായിരുന്നു. ഇലക്ട്രോണുകൾ പുറത്തുവന്നത് വേഗത്തിലായിരുന്നു. എന്നാൽ ലെനാർഡിനോ മറ്റുശാസ്ത്രജ്ഞന്മാർക്കോ ഈ പ്രതിഭാസം വിശദീകരിക്കാൻ കഴിഞ്ഞില്ല.

കുറച്ചുവർഷങ്ങൾക്കു മുമ്പ് മാക്സ് പ്ലാങ്ക് കണ്ടുപിടിച്ച രസകരമായ കണ്ടെത്തലുകളുടെ അടിസ്ഥാനത്തിൽ ലെനാർഡിന്റെ പരീക്ഷണഫലം ഐൻസ്റ്റീൻ വിശദീകരിച്ചു.

മാക്സ് പ്ലാങ്കിന്റെ പ്രകാശത്തെപ്പറ്റിയുള്ള വിശദീകരണത്തിൽ പ്രകാശം തുടരെയുള്ളതല്ലെന്നും തരിതരിയായിട്ടുള്ളതാണെന്നുമായിരുന്നു സമർത്ഥിച്ചത്. ഈ തരികളെ അദ്ദേഹം 'ക്വാണ്ടം' എന്നുവിളിച്ചു. പ്ലാങ്കിന്റെ ക്വാണ്ടം ന്യൂട്ടന്റെ 'കോർപ്പസിസ്' പോലെ ഐൻസ്റ്റീന് തോന്നി. ഐൻസ്റ്റീൻ ക്വാണ്ടങ്ങൾക്ക് 'ഫോട്ടോണുകൾ' എന്നു പേരിട്ടുകൊണ്ട് ലെനാർഡിന്റെ പ്രകാശ ഉദ്ഗമനത്തെ വിശദീകരിച്ചു. കൂടാതെ പ്രകാശം ഒരു കണികയും തരംഗവുമാണെന്നും അർത്ഥമാക്കിയിരുന്നു.

ഐൻസ്റ്റീന്റെ മൂന്നാമത്തെ പ്രബന്ധം ചലിക്കുന്ന വസ്തുക്കളുടെ ബലതന്ത്ര(On the Electro dynamics of Moving Bodies)ത്തെപ്പറ്റി ആയിരുന്നു. ഇതാണ് പിന്നീട് 'സ്പെഷ്യൽ തിയറി ഓഫ് റിലേറ്റിവിറ്റി' ആയിത്തീർന്നത്.

മാക്സ് പ്ലാങ്ക്

നാലാമത്തെ പേപ്പർ ഒരു തന്മാത്രയുടെ വലുപ്പം (Size) കണ്ടുപിടിക്കുന്നതിലായിരുന്നു. ഇത് അപ്രധാനമെന്ന് തോന്നിയിരുന്നെങ്കിലും ഈ പേപ്പറിന് സ്യൂറിച്ച് യൂണിവേഴ്സിറ്റി ഐൻസ്റ്റീന് പിഎച്ച്ഡി ബിരുദം നല്കി.

സ്പെഷ്യൽ തിയറി ഓഫ് റിലേറ്റിവിറ്റി

17-ാം നൂറ്റാണ്ടിൽ ന്യൂട്ടന്റെ 'പ്രിൻസിപിയ' പ്രസിദ്ധീകരിച്ചപ്പോൾ അത് അന്നോളം നിലനിന്നിരുന്ന ശാസ്ത്രധാരണകളെ തകിടം മറിക്കാൻ പോന്ന ഒരു വിപ്ലവാത്മകമായ രേഖയാണെന്ന് പെട്ടെന്ന് തിരിച്ചറിഞ്ഞിരുന്നു. എന്നാൽ 1905 ൽ ഐൻസ്റ്റീന്റെ 'സ്പെഷ്യൽ തിയറി ഓഫ് റിലേറ്റിവിറ്റി.' പ്രഖ്യാപിച്ചപ്പോൾ അത്തരം ഒരു പ്രതികരണം ഉണ്ടായില്ല. വാസ്തവത്തിൽ എല്ലാവരും ആ പ്രബന്ധത്തെ അവഗണിക്കുകയായിരുന്നു. ബർലിനിൽനിന്നും മാക്സ് പ്ലാങ്ക്മാത്രമാണ് സംശയനിവാരണത്തിനുവേണ്ടി പ്രതികരിച്ചത്.

സ്പെഷ്യൽ ആപേക്ഷികതാ സിദ്ധാന്തം ന്യൂട്ട്രോണിയൻ ഫിസിക്സിന് ഒരു കനത്ത പ്രഹരമായിരുന്നു. അതിനായി ഒരു പ്രകാശപ്രതിവേഗത്തിൽ ഒരു പ്രകാശ രശ്മിയുടെ പിറകെ ആയിരുന്നു ഐൻസ്റ്റീൻ. ന്യൂട്ടന്റെ ധാരണയനുസരിച്ച് പ്രകാശരശ്മി നിശ്ചലാവസ്ഥയിലാകുമെന്നതിനെ ഐൻസ്റ്റീൻ ഖണ്ഡിച്ചു. മാക്സ് വെല്ലിന്റെ ഇക്വേഷനിൽ നിന്നും പ്രകാശം ചലനാവസ്ഥയിലാണെന്നും അതിന്റെ പ്രവേഗം അതിൽതന്നെയുണ്ടെന്നും ഐൻസ്റ്റീൻ അറിഞ്ഞിരുന്നു. അതുകൊണ്ട് ന്യൂട്ടന്റെ അബ്സൊല്യൂട്ട് സ്പെയ്സ് ആൻഡ് ടൈം' ധാരണയും മാക്സ് വെല്ലിന്റെ സമീകരണങ്ങളും (Equations) ഒരേസമയം ഇവ രണ്ടും ശരിയല്ല എന്നു വാദിച്ചു.

ഒരു വസ്തുവിന് (ഒരാൾക്ക്) പ്രകാശപ്രവേഗത്തിലേക്ക് ത്വരണം (വേഗം വർദ്ധിപ്പിക്കൽ) സാദ്ധ്യമല്ല. കാരണം പ്രകാശപ്രവേഗം, ഓരോ വസ്തുവിന്റെയും ചലനത്തിന് ബാധകമല്ലാതെ, പ്രകാശപ്രവേഗം എല്ലാ നിരീക്ഷകർക്കും സ്ഥിരമാണ്.

ഒരു വസ്തുവിന് വേണ്ടത്ര ഊർജ്ജം കൊടുത്തു ത്വരിപ്പിക്കാൻ കഴിഞ്ഞാൽ അത് അനന്തമായ വേഗതയോടെ സഞ്ചരിക്കുമെന്നായിരുന്നു ന്യൂട്ടന്റെ അഭിപ്രായം. എന്നാൽ ഐൻസ്റ്റീന്റെ കണ്ടെത്തൽ, ഒരു വസ്തുവിനും പ്രകാശപ്രവേഗത്തേക്കാൾ കൂടുതൽ വേഗത്തിൽ സഞ്ചരിക്കാനാവില്ല എന്നായിരുന്നു. അനന്തമായ അളവിലുള്ള ഊർജ്ജം ഒരു വസ്തുവിനെ പ്രകാശപ്രവേഗത്തിലേക്ക് ചലിപ്പിക്കാൻ വേണമെന്നും, എന്നാലത് അസാദ്ധ്യമാണെന്നും ഐൻസ്റ്റീൻ വിശദീകരിച്ചു, സ്ഥാപിച്ചു; കാരണം പ്രപഞ്ചത്തിലെ ആകെ ഊർജ്ജത്തിന്റെ അളവ് ക്ലിപ്തമായതുകൊണ്ട്.

സ്പെഷ്യൽ തിയറിയുടെ പ്രധാന ഫലങ്ങൾ:-

1. ഏകകാലികത്വത്തിലെ ആപേക്ഷികത (The relativity of Simultaneity).
2. സമയവിപുലീകരണം (The Dialation)
3. വേഗത പ്രകാശവേഗതയോടടുക്കുമ്പോൾ ദൈർഘ്യം ചുരുങ്ങുന്നു.

4. ചലിക്കുന്ന വസ്തുവിന്റെ പിണ്ഡം വർദ്ധിക്കുന്നു. (Increase in Mass of a moving body)
5. പിണ്ഡവും ഊർജ്ജവും തമ്മിലുള്ള ബന്ധം (Relationship of Mass & Energy)

സിദ്ധാന്തപരമായ ഉൾക്കാഴ്ചകൊണ്ട് ഐൻസ്റ്റീൻ തറപ്പിച്ചു പ്രഖ്യാപിച്ചത്;

a. പ്രകാശവേഗത എല്ലായ്പ്പോഴും സ്ഥിരമാണ്.
(The speed of light is always Constant)
b. പ്രകാശവേഗത്തിൽ സമയം നിശ്ചലമാകുന്നു.
(At the speed of light, Time comes to stands still)
c. പ്രകാശവേഗത്തിൽ പിണ്ഡം അളവറ്റതാണ്.
(At the speed of light, Mass is infinite) and
d. ഊർജ്ജം = പിണ്ഡം x പ്രകാശവേഗതയുടെ വർഗ്ഗം
($E = MC^2$) (E; Energy, M = Mass, C; പ്രകാശവേഗത)

പ്രപഞ്ചത്തിലെ എല്ലാ സംഭവങ്ങളും വസ്തുതകളും ആപേക്ഷികമാണെന്ന് സ്പെഷ്യൽ ആപേക്ഷികതാ സിദ്ധാന്തം അവകാശപ്പെടുന്നില്ല. ചില കാര്യങ്ങൾ വ്യക്തമാക്കാൻ ശ്രമിക്കുന്നതേയുള്ളൂ.

ഉദാഹരണമായിട്ട്, ലോകം ചിന്തിച്ചിരുന്ന ഒരുകാര്യമാണ് സമയവും, ബാഹ്യാകാശവും (Time and space) അബ്സൊല്യൂട്ട് (പരിപൂർണ്ണം) ആണെന്ന്. എന്നാൽ അവ രണ്ടും ആപേക്ഷികമാണ്; ആപേക്ഷിക (relative)മാണെന്ന് വിശ്വസിച്ചിരുന്ന പ്രകാശ വേഗത (Velocity of Light) അബ്സൊല്യൂട്ട് (സമ്പൂർണ്ണം) ആണ്. ഏത് റഫറൻസിലും പ്രകാശവേഗത സ്ഥിരമാണ്. പ്രകൃതി നിയമങ്ങളെല്ലാം ഒരേ പോലെയാണെങ്കിൽ സമയവും ചലനവും (Time and motion) ഒരു നിരീക്ഷകന് ആപേക്ഷികമാണ്.

മേല്പറഞ്ഞ പ്രസ്താവനകളെല്ലാം ലളിതമെന്നു തോന്നാമെങ്കിലും അവയിലെ വിവക്ഷിതാർത്ഥം ഗഹനവും ദൂരവ്യാപകവുമാണ്.

ആപേക്ഷികത എന്താണ്?

വലുപ്പം, വേഗത, ഉയർന്നത്, താഴ്ന്നത്, ചലനം ഇവയെല്ലാം ആപേക്ഷികമാണ്. ഒരു വസ്തു ചെറുതോ വലുതോ എന്നു പറയണമെങ്കിൽ മറ്റൊരു വസ്തുവിനെ റഫർ ചെയ്താലേ സാധിക്കൂ. ഒരു ക്രിക്കറ്റ് ബോൾ ഒരു ടെന്നീസ് ബോളിനേക്കാൾ വലുതാണ്. എന്നാൽ ഒരു ഫുട്ബോളിനെക്കാൾ വളരെ ചെറുതാണ്.

ഒരുവാഹനം വേഗത കൂടിയതോ കുറഞ്ഞതോ എന്നനുമാനിക്കാൻ മറ്റൊരു വാഹനത്തെ അടിസ്ഥാനമാക്കണം. അങ്ങനെ, ഒരു കാറിന് വിമാനത്തേക്കാൾ വേഗത കുറവാണ്, എന്നാൽ ഒരു സ്കൂട്ടറിനേക്കാൾ വേഗത കൂടുതലാണ്.

മുകളിലുള്ള വസ്തു, താഴെയുള്ളവസ്തു (മുകളിൽ, താഴെ) ആപേക്ഷികമാണ്. ഭൂമിയിൽ മുകളിലേക്കുള്ള ദിശ ആകാശത്തേക്കുള്ള ദിശയും താഴേയ്ക്കുള്ള ദിശ, ഭൂമിയുടെ കേന്ദ്രത്തിലേക്കുള്ളതുമാണ്. എന്നാൽ ഒരു ശൂന്യാകാശവാഹനത്തിന് ഒന്നിനെയും താരതമ്യം ചെയ്യാനില്ലാത്തതിനാൽ മുകളിലേക്കെന്നോ താഴേക്കെന്നോ പറയാൻ പറ്റില്ല.

ചലനം ആപേക്ഷികമാണ്. ഉദാഹരണത്തിന്, ഒരു ട്രെയിന്റെ ചലനം മണിക്കൂറിൽ നൂറു കിലോമീറ്റർ വേഗത്തിൽ തെക്കോട്ടു ഓടുന്നു. ട്രെയിനിനുള്ളിൽ ഒരു മനുഷ്യൻ മണിക്കൂറിൽ അഞ്ചുകിലേമീറ്റർ വേഗത്തിൽ വടക്കോട്ടു സഞ്ചരിക്കുന്നു. അങ്ങനെയെങ്കിൽ ആ യാത്രക്കാരന്റെ വേഗത എത്ര? ഈ ചോദ്യത്തിന് ഒരു അടിസ്ഥാനം (reference) ഇല്ലാതെ ഉത്തരം കാണാൻ സാദ്ധ്യമല്ല. പുറത്തു നില്ക്കുന്ന ഒരു വ്യക്തിയുടെ കാഴ്ചയിൽ, ട്രെയിനകത്തുള്ള മനുഷ്യൻ മണിക്കൂറിൽ 95 കിലോമീറ്റർ വേഗതയിൽ സഞ്ചരിക്കുന്നു എന്നായിരിക്കും. എന്നാൽ ട്രെയിനിനുള്ളിലുള്ള ഏതൊരാൾക്കും യാത്രക്കാരന്റെ വേഗത മണിക്കൂറിൽ അഞ്ചുകിലോമീറ്റർ വടക്കോട്ടായിരിക്കും.

'Relativity of simultaneity' (ഏകകാലികത്വത്തിലെ ആപേക്ഷികത)

സമയത്തിന്റെ ആപേക്ഷികത ഒരു ധാരണയാണ്. പ്രപഞ്ചത്തിൽ സമ്പൂർണ്ണസമയം (Absolute time) നിലനില്ക്കുന്നെന്നായിരുന്നു ന്യൂട്ടന്റെ സങ്കല്പം. ഉദാ: ഭൂമിയിൽ 8.05 സമയമാണെങ്കിൽ സാറ്റേണിലും പ്രപഞ്ചത്തിലെവിടെയും 8.05 സമയം തന്നെയായിരിക്കുമെന്നായിരുന്നു.

ഐൻസ്റ്റീൻ ഇതൊരു തെറ്റായ ധാരണയാണെന്ന് കാണിച്ചു. ഒരേ സമയം തന്നെ നടക്കുന്ന സംഭവങ്ങളെ ഉദാഹരണമായി കാണിച്ചുകൊണ്ട് ഐൻസ്റ്റീൻ അത് സമർത്ഥിക്കുകയും ചെയ്തു. ന്യൂട്ടോണിയൻ പ്രപഞ്ചത്തിൽ രണ്ടു സംഭവങ്ങൾ ഒരേസമയം നടക്കുമ്പോൾ റഫറൻസിനായി അബ്സൊല്യൂട്ട് സമയം നിലനിന്നിരുന്നു. അബ്സൊല്യൂട്ട് സമയവും ഏകകാലത്തു നടക്കുന്ന സംഭവങ്ങളെയും സംഘർഷാത്മകമായ ഫലങ്ങളിലേക്ക് നയിക്കുമെന്ന് ഐൻസ്റ്റീൻ തെളിയിച്ചു. പ്രകാശവേഗം എല്ലാ സാഹചര്യങ്ങളിലും സ്ഥിരം അഥവാ അബ്സൊല്യൂട്ട് ആണെങ്കിൽ ന്യൂട്ടന്റെ ധാരണയായ അബ്സൊല്യൂട്ട് ടൈം മൊത്തത്തിൽ തെറ്റാണ്. രണ്ടു സംഭവങ്ങൾ ഒരേ സമയം നടക്കുന്നു എന്ന ഏകകാലികത്വം (Sim ultaneity) ആപേക്ഷികമാണെന്ന് ഐൻസ്റ്റീൻ സമർത്ഥിച്ചു.

പ്രകാശത്തിന് നിശ്ചിതമായ വേഗതയുള്ളതുകൊണ്ട് ഒരു ബിന്ദുവിൽ നിന്നും മറ്റൊരു ബിന്ദുവിലേക്ക് സഞ്ചരിക്കാൻ സമയം വേണമെന്ന് ഐൻസ്റ്റീൻ തെളിയിച്ചു. ഒരു റയിൽവെട്രാക്കിനു സമീപമുള്ള രണ്ടു സാക്ഷക (bolts)ളിൽ മിന്നൽ പതിക്കുമ്പോൾ ട്രെയിനിനുള്ളിലുള്ള ആളും പുറത്തു നില്ക്കുന്ന ആളും കാണുന്ന സമയം ആണ് ഏകകാലികത്വത്തിലെ ആപേക്ഷികത തെളിയിക്കാൻ ഐൻസ്റ്റീൻ സ്വീകരിച്ച പരീക്ഷണമാർഗ്ഗം. ട്രെയിനിനുള്ളിലിരിക്കുന്ന ആൾ രണ്ടു ഫ്ളാഷുകളും

ഒരേ സമയത്തു കാണുന്നു; എന്നാൽ ട്രെയിനിനു പുറത്തുള്ള വ്യക്തി വ്യത്യസ്ത സമയങ്ങളിൽ കാണുന്നു. കാരണം, ട്രെയിനിന്റെ സഞ്ചാരം.

പ്രപഞ്ചത്തിൽ അബ്സൊല്യൂട്ട് സമയം ഇല്ലെന്നുതന്നെ ഐൻസ്റ്റീൻ സ്ഥിരീകരിച്ചു. മേല്പറഞ്ഞ പരീക്ഷണത്തിൽ രണ്ടു നിരീക്ഷകരുടെയും നിരീക്ഷണം ശരിയാണ്. പ്രകാശ പ്രവേഗം സ്ഥിരമാണെങ്കിൽമാത്രമേ ഐൻസ്റ്റീന്റെ അനുമാനങ്ങൾക്ക് സാധുതയുള്ളൂ.

പ്രകാശം എന്നത് ഇലക്ട്രോമാഗ്നറ്റിക് റേഡിയേഷൻ സ്പെക്ട്രത്തിലെ ദൃശ്യമായ ഒരു ഭാഗം മാത്രമാണ്. ഇതിൽ ഇൻഫ്രാറെഡ്, അൽട്രാവയലെറ്റ്, ഗാമാ റെയ്സ്, റേഡിയോ വെയ്സ് പിന്നെ റഡാർതരംഗങ്ങളും ആണുള്ളത് . ഇവയുടെയെല്ലാം വേഗത ഒന്നുതന്നെയാണ്. ഇതിന്റെ പ്രഭവസ്ഥാനത്തിന്റെ വേഗത ഇതിന്റെ വേഗത്തെ സ്വാധീനിക്കുന്നില്ല.

4

സമയവിപുലീകരണം
Time Dialation

സമയം ആപേക്ഷികമാണെന്നു തെളിയിച്ചശേഷം തികച്ചും വിസ്മയാവഹമായ Time Dialation (സമയവിപുലീകരണം)എന്ന ആശയം ഐൻസ്റ്റീൻ മുന്നോട്ടുവച്ചു. അദ്ദേഹം പറഞ്ഞു, ക്ലോക്കുകൾ കാണിക്കുന്ന സമയത്തെ സൂചികളുടെ ചലനവും ഭൂഗുരുത്വവും ബാധിക്കുന്നുണ്ട്. നിശ്ചലമായിരിക്കുന്ന ക്ലോക്കിനേക്കാൾ ചലിച്ചുകൊണ്ടിരിക്കുന്ന ഒരു ഘടികാരം സാവധാനം ഓടുന്നു എന്ന് അദ്ദേഹം അവകാശപ്പെട്ടു.

ഇക്കാലത്ത് ലോകം മുഴുവനും അംഗീകരിച്ച സമയം ഏറ്റവും ഉയർന്ന കൃത്യതയുള്ള, സിബിയം 133 യിൽ നിന്നുമുള്ള മൈക്രോവേവ് പ്രസരണത്തെ ആസ്പദമാക്കിയുള്ള അറ്റോമിക ഘടികാരങ്ങളിൽ നിന്നുള്ളതാണ്. ഇവയുടെ കൃത്യത ഒരു ദിനത്തിൽ ഒരു സെക്കന്റിന്റെ ഒരു ദശലക്ഷത്തിൽ ഒരുഭാഗമാണ്. എങ്കിൽക്കൂടിയും ഒരു സമ്പൂർണ്ണകൃത്യത സാദ്ധ്യമല്ല. 1905 ൽ ഐൻസ്റ്റീൻ തന്റെ സ്പെഷ്യൽ തിയറി ഓഫ് റിലേറ്റിവിറ്റി മുന്നോട്ടു വച്ചപ്പോൾ അറ്റോമിക (അണു) ഘടികാരങ്ങൾ ഉണ്ടായിരുന്നില്ല.

വളരെ വർഷങ്ങൾ കഴിഞ്ഞ് 1971 ൽ സമയം നിലനിർത്തുന്നതിനെപ്പറ്റിയുള്ള ഐൻസ്റ്റീന്റെ ധാരണകൾ ഒരു നൂതനമായ പരീക്ഷണം മൂലം തെളിയിച്ചു. *ക്ലോക്ക് പാരഡോക്സ്* എന്ന പരീക്ഷണം ഉപയോഗിച്ച് ഐൻസ്റ്റീന്റെ കൺസെപ്റ്റ് ആയ സമയവിപുലീകരണം വിശദീകരിച്ചു.

ഐൻസ്റ്റീന്റെ ആശയമായ സമയ ആപേക്ഷികത വിശ്വസിക്കാൻ പറ്റാത്തതായിരുന്നു. എന്നാലിതും പരീക്ഷണങ്ങൾമൂലം പ്രമാണീകരിച്ചിട്ടുള്ളതാണ്.

ഈ പരീക്ഷണത്തിൽ ഒന്നു കിഴക്കോട്ടും മറ്റേത് പടിഞ്ഞാറോട്ടും

ലോകത്തെ ചുറ്റിക്കൊണ്ടിരുന്ന രണ്ടു ജറ്റ്പ്ലെയിനുകളിൽ സീസിയം ക്ലോക്കുകൾ സ്ഥാപിച്ചിട്ടുണ്ടായിരുന്നു. റഫറൻസ് ക്ലോക്ക് വാഷിങ്ടൺ ഡി സിയിലെ യു എസ് നേവൽ ഒബ്സെർവേറ്ററിയിൽ വച്ചിട്ടുണ്ടായിരുന്നു. സഞ്ചാരം തുടങ്ങിയപ്പോഴും അവസാനിച്ചപ്പോഴും റഫറൻസ് ക്ലോക്കുമായി ജെറ്റ് പ്ലാനുകളിലെ റീഡിങ് താരതമ്യപ്പെടുത്തി. പറക്കലിന്റെ അവസാനം, ആ ദിവസത്തെ സമയവുമായി പ്ലെയിനുകളിലെ സമയം ഒത്തുപോകുന്നില്ലായെന്ന് ഡി സി ശാസ്ത്രജ്ഞന്മാർ കണ്ടു. കിഴക്കുദിശയിലേക്കു സഞ്ചരിച്ചിരുന്ന പ്ലെയിനിലെ ക്ലോക്കിന് റഫറൻസ് ക്ലോക്കുമായി 50 നാനോ സെക്കന്റിന്റെ നഷ്ടം ഉണ്ടായതായി കണ്ടു. പടിഞ്ഞാറോട്ട് സഞ്ചരിച്ച ക്ലോക്കിന് 273 നാനോ സെക്കന്റിന്റെ ലാഭമുണ്ടായതായും കണ്ടു. ശാസ്ത്രജ്ഞന്മാരുടെ പ്രവചനവും പറക്കലിലൂടെയുണ്ടായ നഷ്ടങ്ങളും ലാഭങ്ങളും ഏറെക്കുറെ ഒന്നുതന്നെയായിരുന്നു.

ഒരു നിരീക്ഷകനെ അപേക്ഷിച്ച് മറ്റൊരു നിരീക്ഷകന് സംഭവങ്ങൾ വളരെ സാവധാനത്തിൽ നടക്കുന്നതിന് ആപേക്ഷികത അനുവദിക്കുന്നുണ്ടെന്നാണ് ഐൻസ്റ്റീന്റെ പക്ഷം. ജീവിതസംബന്ധിയായ സംഭവങ്ങൾ ഇവയിൽ ഉൾക്കൊള്ളുന്നുണ്ട്. ഉദാഹരണം വാർദ്ധക്യം പ്രാപിക്കുന്നത് ട്വിൻ പാരഡോക്സിൽ കൂടി വിശദീകരിക്കുന്നു. ഇത് സൈദ്ധാന്തിക പരമായിട്ടുള്ളതു മാത്രമാണ്. ഒരു യുവശൂന്യാകാശസഞ്ചാരി ഒരു സ്പെയിസ് ടൂർ വിദൂരസ്ഥമായ നക്ഷത്രങ്ങളിലേക്കു നടത്തുന്നു. അയാളുടെ ഇരട്ട സഹോദരൻ ഭൂമിയിൽ വസിക്കുന്നു. ശൂന്യാകാശയാത്രികൻ തിരിച്ചു ഭൂമിയിലെത്തുമ്പോൾ തന്റെ സഹോദരനെ വൃദ്ധനായും എന്നാൽ അയാൾ ഇപ്പോഴും യുവാവായും കാണുന്നു. ശൂന്യാകാശയാത്രികന്റെ അറ്റോമിക ഘടികാരവും ജൈവിക ഘടികാരവും കുറഞ്ഞ മണിക്കൂറുകളും കുറഞ്ഞ വർഷങ്ങളും കാണിക്കുമ്പോൾ ഭൂമിയിലെ ഘടികാരങ്ങൾ കൂടുതൽ മണിക്കൂറുകളും വർഷങ്ങളും സൂചിപ്പിക്കുന്നു.

സമയവിപുലീകരണം തെളിയിക്കാൻ ഐൻസ്റ്റീൻ ക്ലോക്ക് പാരഡോക്സ് ഉപയോഗിച്ചു. ഒരു ശൂന്യാകാശവാഹനം ഭൂമിയിൽ നിന്ന് മുപ്പത്തിമൂന്നു പ്രകാശവർഷങ്ങൾ അകലെയുള്ള ഒരു നക്ഷത്രമായ അർക്ട്യൂറസ്(Arcturus) ലേക്ക് യാത്ര പുറപ്പെടുന്നു. (ഒരുപ്രകാശവർഷം എന്നത്, ഒരുസെക്കന്റിൽ പ്രകാശം സഞ്ചരിക്കുന്ന ദൂരമായ മൂന്നുലക്ഷം കിലോമീറ്റർ ഒരു വർഷം കൊണ്ടു സഞ്ചരിക്കുന്ന ദൂരമാണ്!) പ്രകാശത്തിനോടൊപ്പം തുല്യമായ വേഗത്തിൽ സ്പേസ്ഷിപ്പ് സഞ്ചരിക്കുകയാണെങ്കിൽ ഭൂമിയിൽനിന്നും പുറപ്പെട്ട് മുപ്പത്തിമൂന്ന് വർഷങ്ങൾക്ക് ശേഷം ഇത് അർക്ട്യൂറസിൽ എത്തും. ചെന്ന ഉടനെതന്നെ മടക്കയാത്ര തുടങ്ങുകയാണെങ്കിൽ ഏകദേശം അറുപത്തിയാറ് വർഷങ്ങൾകൊണ്ട് ഭൂമിയിൽ തിരിച്ചെത്തും. ഭൂമിയെ അപേക്ഷിച്ച് വളരെ ഉയർന്ന വേഗതയിൽ സഞ്ചരിക്കുന്ന വാഹനത്തിലെ സമയബന്ധിതമായ പ്രവർത്തനങ്ങളെല്ലാം സാവധാനമാകും. വാഹനത്തിലെ സഞ്ചാരികൾക്ക് അങ്ങോട്ടും ഇങ്ങോട്ടുമുള്ള യാത്രയ്ക്ക് അറുപത്തിയാറു വർഷങ്ങൾ എടുത്തെന്നു തോന്നു

കയില്ല. ഒരുദിവസം മാത്രമേ എടുത്തുള്ളൂ എന്നവർക്കു തോന്നിയേക്കാം. എന്നാൽ ഭൂമിയിലെത്തുന്ന അവർ അത്ഭുത സ്തബ്ധരാകുന്നു, കാരണം അവരുടെ ജീവിത പങ്കാളികൾ അവനേക്കാൾ അറുപത്താറുവയസ്സുള്ള വൃദ്ധരായോ അല്ലെങ്കിൽ മരിച്ചിട്ടുണ്ടെന്നോ മനസ്സിലാക്കുന്നു. ചില സഞ്ചാരികൾക്ക് തങ്ങളുടെ കൊച്ചുകുഞ്ഞുങ്ങൾ ഇപ്പോൾ അറുപത്തിയാറുവയസ്സുള്ള മുതിർന്നവരായിരിക്കും.

ടിൻ പാരഡോക്സും ക്ലോക്ക് പാരഡോക്സും ഉണ്ടാക്കിയ മനുഷ്യാതീതമായ സാദ്ധ്യതകളെക്കാൾ കൂടുതലായ ജിജ്ഞാസയും അഭിപ്രായ ഭിന്നതകളുമാണ് ആപേക്ഷികതാ സിദ്ധാന്തത്തിൽ അടങ്ങിയിരിക്കുന്നത്.

ഐൻസ്റ്റീന്റെ ആശയമായ സമയം— ആപേക്ഷികത വിശ്വസിക്കാൻ പറ്റാത്തതായി തോന്നും. എന്നാലിത് പരീക്ഷണങ്ങൾ മൂലം തെളിയിച്ചിട്ടുണ്ട്. ടിൻ പാരഡോക്സിന്റെ യാഥാർത്ഥ്യത്തെപ്പറ്റി പരിശോധിക്കാൻ മ്യൂവോണു(muons)കളെ ഉപയോഗിച്ചു. മ്യൂവോണുകൾ ഭാരം കൂടിയ സബ് അറ്റോമികകണങ്ങളും ഇലക്ട്രോണുകളുടെ കസിനുകളും ആണ്. ഇവയുടെ ജീവിതദൈർഘ്യം വളരെ കുറവായതിനാൽ വളരെ സൂക്ഷ്മമായി അളക്കാനും കഴിയും. ഇവ ഒരുസെക്കന്റിന്റെ ഇരുപതുലക്ഷത്തിൽ രണ്ടു ഭാഗം സമയം കൊണ്ടു വിഘടിച്ച് (decay) ഇലക്ട്രോണുകളായി ത്തീരുന്നു.

സ്വിറ്റ്സർലന്റിലെ ജനീവയിൽ CERN ലാണ് പരീക്ഷണം നടത്തിയത്. 14.02 മീറ്റർ വ്യാസമുള്ള ഓർബിറ്റലിൽ കൂടി ചലിച്ചുകൊണ്ടിരിക്കുന്ന മ്യൂവോണുകളുടെ വേഗത പ്രകാശപ്രവേഗത്തിന്റെ 99.4 ശതമാനം ത്വരിപ്പിച്ചു. മ്യൂവോൺ കണങ്ങളെ ഉയർന്ന വേഗത സ്വാധീനിക്കുന്നില്ലെങ്കിൽ ഒരു മ്യൂവോൺ അതിന്റെ ഒരുജീവിത ദൈർഘ്യത്തിൽ, അതായത് രണ്ടു മൈക്രോ സെക്കന്റുകൾ കൊണ്ട് പതിനാലോ പതിനഞ്ചോ പ്രാവശ്യം സഞ്ചരിക്കും. പ്രകാശവേഗതയോടടുത്തു സഞ്ചരിക്കുന്ന ഒരു മ്യൂവോൺ കണത്തിന് ജീവിതദൈർഘ്യം കൂടുകയും നാനൂറിലധികം പ്രാവശ്യം ചുറ്റുകയും ചെയ്യും എന്ന് ശാസ്ത്രജ്ഞന്മാർ കണ്ടെത്തിയിട്ടുണ്ട്. ഇതിന്റെ ജീവിതദൈർഘ്യം മുപ്പതുമടങ്ങോളം വൈപുല്യം ഉണ്ടാകുന്നത് ഐൻസ്റ്റീന്റെ ടിൻ പാരഡോക്സിന് തെളിവാണ്.

ഉന്നത വേഗതയിൽ ദൈർഘ്യം ചുരുങ്ങുന്നു (കുറയുന്നു)

ഒരു വസ്തു പ്രകാശത്തിന്റെ വേഗതയുടെ തുല്യമായ വേഗത്തിൽ സഞ്ചരിച്ചാൽ ഒരേസ്ഥലത്തു തന്നെ നില്ക്കുന്ന ഒരു നിരീക്ഷകന് ചലനദിശ ചുരുങ്ങുന്നതായി തോന്നുമെന്ന് ഐൻസ്റ്റീന്റെ സിദ്ധാന്തം പ്രസ്താവിക്കുന്നു. ഉദാ: 100 സെ മീ ദൈർഘ്യമുള്ള വടിയുടെ ദൈർഘ്യം 100 സെ മീ ൽ കുറവായിതോന്നും.

വേഗതയ്ക്കൊപ്പം പിണ്ഡം വർദ്ധിക്കുന്നു

ഒരു വസ്തുവിന്റെ വേഗത വർദ്ധിക്കുന്നതോടൊപ്പം അതിന്റെ പിണ്ഡ (mass)വും വർദ്ധിക്കുന്നു. അവസാനം പ്രകാശവേഗതയിൽ അതിന്റെ പിണ്ഡം അളവില്ലാത്തതാകും.

ഐൻസ്റ്റീന്റെ ഈ പ്രസ്താവന പാർട്ടിക്കിൾ ആക്സിലറേറ്ററുകൾ തെളിയിച്ചിട്ടുണ്ട്. വസ്തുക്കൾ അമിതവേഗത്തിൽ സഞ്ചരിക്കുമ്പോൾ അവയുടെ പിണ്ഡം വർദ്ധിക്കുന്നു. എങ്കിലും ഇത് സംഭവ്യമാകുന്നത് വേഗത പ്രകാശവേഗത്തിന് തുല്യമാകുമ്പോൾ മാത്രമാണെന്നാണ്. നമ്മുടെ സാധാരണ വാഹനങ്ങളായ കാർ, ബസ് ഇവയൊക്കെ 100 കി മീ മുതൽ 150 കി മീ വരെയുള്ള ഏറ്റവും കൂടിയ വേഗത ഒരു മണിക്കൂർ കൊണ്ടാണ് സഞ്ചരിക്കുന്നത്. ഈ വേഗത പ്രകാശവേഗത്തിന്റെ 0.000000092 മാത്രമാണ്. അതിനാൽ പിണ്ഡത്തിനുണ്ടാക്കുന്ന മാറ്റം കണ്ടുപിടിക്കാൻ സാദ്ധ്യമല്ല.

കുറഞ്ഞ വേഗത ന്യൂട്ടന്റെ ചലനനിയമങ്ങൾക്കു ബാധകമാണ്. എന്നാൽ കൂടിയ വേഗത ഐൻസ്റ്റീന്റെ നിയമങ്ങൾക്കാണ് അനുയോജ്യം.

$E = MC^2$

1905 ൽ സ്പഷ്യൽ റിലേറ്റിവിറ്റിയുടെ പേപ്പറിൽ ഐൻസ്റ്റീൻ നല്കിയ ഒരു ഗണിതപരമായ സമവാക്യമാണിത്. ഇതിൽ പിണ്ഡവും ഊർജ്ജവും തമ്മിലുള്ള ബന്ധമാണ് നിർവ്വചിച്ചിരിക്കുന്നത്.

ഈ സമവാക്യത്തിൽ $E = MC^2$ ൽ

E = ദ്രവ്യത്തിലടങ്ങിയിരിക്കുന്ന ഊർജ്ജം

M = തന്നിരിക്കുന്ന ദ്രവ്യത്തിന്റെ പിണ്ഡം

C^2 = പ്രകാശവേഗത്തിന്റെ സ്ക്വയർ

അതായത് ഒരു നിശ്ചിത പിണ്ഡം ദ്രവ്യത്തിലടങ്ങിയിരിക്കുന്ന ഊർജ്ജത്തിന്റെ അളവ്, തന്നിരിക്കുന്ന ദ്രവ്യത്തിന്റെ പിണ്ഡവും പ്രകാശവേഗത്തിന്റെ സ്ക്വയറും തമ്മിലുള്ള ഗുണന ഫലനത്തിന് തുല്യമായിരിക്കും.

അതായത് ഒരു ചെറിയ പിണ്ഡം ദ്രവ്യത്തിൽ അടങ്ങിയിരിക്കുന്ന ഊർജ്ജം അളവറ്റതാണെന്ന് ഈ പ്രസിദ്ധമായ സമവാക്യം സൂചിപ്പിക്കുന്നു. ഐൻസ്റ്റീൻ പറഞ്ഞു, "വാസ്തവത്തിൽ പിണ്ഡം എന്നത് ശീതീകരിക്കപ്പെട്ടിരിക്കുന്ന ഊർജ്ജമാണെ"ന്നാണ്.

1905 ൽ ഈ സമവാക്യം പ്രസിദ്ധീകരിച്ചപ്പോൾ ശാസ്ത്രജ്ഞന്മാർ പോലും ഇതിനെ പുച്ഛിച്ചു.

ഇത്തരത്തിൽ ഊർജ്ജം നിയന്ത്രിതമായും സാവകാശവും ലഭിക്കുകയാണെങ്കിൽ, ഇത് ലോകത്തിന് മുഴുവൻ മൊത്തത്തിൽ വൈദ്യുതി കിട്ടാവുന്ന ഒരു മാർഗ്ഗമാണെന്നും ഐൻസ്റ്റീൻ ഉറപ്പിച്ചുതന്നെ പ്രസ്താവിച്ചു. ഇതേ ഊർജ്ജം തന്നെ പെട്ടെന്ന് സ്വതന്ത്രമാക്കിയാൽ ലോകത്തെ മുഴുവനും ചുട്ടെരിക്കാനും കഴിയുമെന്നും പ്രവചിച്ചു.

സൈദ്ധാന്തികമായിട്ടു മാത്രമേ ഇക്കാര്യം ഐൻസ്റ്റീന് അന്നു പറയുവാൻ കഴിയുമായിരുന്നുള്ളൂ. അതിനാൽ അത്ര ഗൗരവപൂർവ്വം ആരും കരുതിയില്ല. അണുഭേദനം അന്ന് സാദ്ധ്യമായിരുന്നു. അതിനുള്ള സാങ്കേതികത വികസിച്ചിട്ടില്ലായിരുന്നു.

എന്നിരുന്നാലും യൂറോപ്പും അമേരിക്കയും ആറ്റത്തെ ഭേദിക്കാനുള്ള ശ്രമത്തിൽ ചാടിപ്പുറപ്പെട്ടു. അങ്ങനെ രണ്ടാം ലോകമഹായുദ്ധത്തിൽ ആറ്റംബോബ് ഉപയോഗിച്ച് ജപ്പാനെ തകർത്തു.

ആറ്റംബോംബു നിർമ്മിതിക്കു മാത്രമല്ല ഈ സമവാക്യം പ്രയോജനപ്പെടുന്നത്. $E= MC^2$ എന്ന സമവാക്യമാണ് ആറ്റംബോബു നിർമ്മാണത്തിനുള്ള പ്രചോദനമെന്ന് എല്ലാവരും ധരിക്കുന്നുണ്ട്. എന്നാൽ അതിലും വലുതാണ് ഈ സമവാക്യംകൊണ്ടുള്ള പ്രയോജനം. സൂര്യനും നക്ഷത്രങ്ങളും പ്രകാശിക്കുന്നതിന്റെ യാഥാർത്ഥ്യവും ഇതിലടങ്ങിയിരിക്കുന്നു. പ്രപഞ്ചത്തിലെ മുഴുവൻ ഊർജ്ജ ഉറവിടത്തിന്റെയും സമവാക്യം കൂടിയാണിത്.

ഐൻസ്റ്റീന്റെ സ്പെഷ്യൽ തിയറി ഓഫ് റിലേറ്റിവിറ്റി ഇപ്പോൾ യഥാർത്ഥ വസ്തുതയായി സ്വീകരിക്കപ്പെട്ടിട്ടുണ്ട്. ഇന്നത്തെ ശാസ്ത്രത്തിന്റെ അടിസ്ഥാനമെന്നതുപോലെ ആറ്റങ്ങളുടെയും ക്വാർക്കുകളുടെയും അസ്തിത്വത്തിന്റെയും അടിസ്ഥാനമാണ് ഈ സമവാക്യം.

5

ആപേക്ഷികതാ പൊതുസിദ്ധാന്തം (General Theory of Relativity)

ആപേക്ഷികതാ സിദ്ധാന്തം വിപ്ലവകരമായിരുന്നെങ്കിലും പ്രാരംഭസമയത്ത് വലിയ കോളിളക്കം സൃഷ്ടിക്കത്തക്കവിധത്തിൽ ആരും താല്പര്യമെടുത്തില്ല. ഐൻസ്റ്റീൻ പേറ്റന്റ് ഓഫീസിൽ 1909 വരെ ജോലി ചെയ്തു. ഗവേഷണപാരിതോഷികമായി ജൂനിയർ ഓഫീസറായി സ്ഥാനക്കയറ്റവും ലഭിച്ചു.

1911 ൽ സൂറിച്ച് യൂണിവേഴ്സിറ്റിയിലെ ഊർജ്ജതന്ത്രത്തിൽ അസോസിയേറ്റ് പ്രൊഫസറായി ക്ഷണം കിട്ടിയപ്പോൾ, സൈദ്ധാന്തിക ഫിസിക്സിൽ കൂടുതൽ പ്രാഗത്ഭ്യം നേടാൻ ആഗ്രഹിച്ചിരുന്ന ഐൻസ്റ്റീൻ ആ ജോലി സ്വീകരിച്ചു. കുറച്ചുവർഷങ്ങൾക്കു ശേഷം പോളിടെക്നിക്കിൽ പ്രൊഫസറായി. ഭാര്യയുമായുള്ള ബന്ധം വഷളായിക്കൊണ്ടിരുന്നിട്ടും ഉദ്യോഗജീവിതത്തിൽ അദ്ദേഹം സന്തോഷവാനായിരുന്നു. കൂടുതൽ സമയവും തന്റെ മക്കളായ ഹാൻസ് ആൽബർട്ടിന്റെയും എഡ്വേർഡിന്റെയും കൂടെ ചെലവഴിച്ചു.

ക്വാണ്ടം ഫിസിക്സിന്റെ സ്ഥാപകനായ മാക്സ് പ്ലാങ്കിന്റെ പ്രേരണയാൽ 1914 ൽ ബർലിനിലെ അത്യധികം പ്രശസ്തമായ പ്രഷ്യൻ അക്കാഡമിയിൽ ചേരാൻ നിർബ്ബന്ധിതനായി. സ്വിസ് പൗരത്വം ഐൻസ്റ്റീന് ഉണ്ടായിരുന്നതുകൊണ്ട് ഉടനെതന്നെ ബർലിനിലേക്കു താമസം മാറ്റി. അപ്പോഴാണ് ഒന്നാം ലോകമഹായുദ്ധം പൊട്ടിപ്പുറപ്പെട്ടത്. വീട്ടിലും സ്വസ്ഥത ഉണ്ടായിരുന്നില്ല. മിലേവ വഴക്കടിച്ച് തന്റെ മക്കളുമായി സ്വിറ്റ്സർലണ്ടിലേക്കു പോയി. സ്വന്തമായി താമസിച്ചു. കുറച്ചു വർഷങ്ങൾക്കകം തന്നെ ബന്ധം വഷളാവുകയും വിവാഹമോചനത്തിൽ കലാശിക്കുകയുംചെയ്തു.

യുദ്ധകാലത്ത് ഐൻസ്റ്റീൻ ജർമ്മൻ സൈനിക മേധാവിത്വത്തിന്റെ

കർക്കശനായ ഒരു വിമർശകനായിത്തീർന്നു. അദ്ദേഹം ഒരു സമാധാന പ്രിയനായിരുന്നതിനാൽ ഏതുതരം യുദ്ധത്തെയും എതിർത്തിരുന്നു. വളരെ വർഷങ്ങൾക്കുശേഷം 1930 കളിൽ വളരെ വൈമനസ്യത്തോടെ, നാസി ജർമ്മനിയുടെ പടനീക്കം തടഞ്ഞു നിർത്തുന്നതിന് ഒരു യുദ്ധത്തെ ന്യായീകരിച്ചു. 1916 ൽ (ഒന്നാം ലോകമഹായുദ്ധകാലത്ത്) അദ്ദേഹം യുദ്ധ വിരുദ്ധസമരങ്ങളിൽ ചേരുകയും അവരുടെ ലഘുലേഖകൾ തെരുവുക ളിൽ വിതരണം ചെയ്യുകയും ചെയ്തിരുന്നു. അന്ന് അദ്ദേഹം ഒരു ജർമ്മൻ പൗരനായിരുന്നെങ്കിൽ വളരെ മുമ്പേ തന്നെ അറസ്റ്റ് ചെയ്യപ്പെടുമായിരു ന്നു. അദ്ദേഹം അപ്പോൾ ഒരു സ്വിസ് പൗരനായിരുന്നു.

ഈ അസ്വാസ്ഥ്യജനകമായ വർഷങ്ങളിലെല്ലാം അദ്ദേഹത്തിന്റെ ഏക ആശ്വാസം സ്പേയ്സിനെയും സമയത്തെയും പറ്റിയുള്ള നിഗൂഢ തകൾ പഠിക്കുന്നതിലായിരുന്നു. 1916 ൽ അദ്ദേഹം 'The Foundation of the General Theory of Relativity' (ആപേക്ഷികതാ പൊതുസിദ്ധാന്ത ത്തിന്റെ സ്ഥാപനം) എന്ന പ്രബന്ധം പ്രസിദ്ധീകരിച്ചു. ജനറൽ എന്നു വിളിക്കാൻ കാരണം സ്പെഷ്യൽ തിയറിയുടെ ഒരുസാമാന്യവല്ക്കരണം അല്ലെങ്കിൽ വിപുലീകരണം മാത്രമായിരുന്നു.

ആപേക്ഷികതയിൽ പുതിയ ചിന്തകൾ

സ്പെഷ്യൽ തിയറി ഓഫ് റിലേറ്റിവിറ്റിയേക്കാളും വലുതായ ബൗദ്ധി കനേട്ടം ഉണ്ടാക്കിയിരിക്കുന്നത് ജനറൽ തിയറിയിലാണ്. 60 പേജുക ളുള്ള തന്റെ പ്രബന്ധത്തിൽ അദ്ദേഹം ഗുരുത്വം (gravity) ഒരു ബലമല്ല എന്ന് ഖണ്ഡിതമായി പറഞ്ഞു. ന്യൂട്ടൻ ഗുരുത്വം ബലമാണെന്നാണ് അവ കാശപ്പെട്ടത്. എന്നാൽ ഗുരുത്വം (gravity) സ്പെയ്സ് ടൈം പ്രതിഭാസ (Space time continuum)ത്തിൽ പിണ്ഡത്തിന്റെ സാന്നിദ്ധ്യത്തിൽ സൃഷ്ടി ക്കപ്പെട്ട ഒരു വർത്തുള മണ്ഡല(Curved field)മാണെന്നാണ്.

സ്പെഷ്യൽ തിയറി ഓഫ് റിലേറ്റിവിറ്റിക്ക് അനുയോജ്യമാകും വിധ ത്തിൽ ഗ്രാവിറ്റേഷനൽ തിയറി (ഗുരുത്വാകർഷണസിദ്ധാന്തം)യെ വിക സിപ്പിക്കണമെന്ന് ഐൻസ്റ്റീൻ ചിന്തിച്ചുകൊണ്ടേയിരുന്നു. ആ സമയ ത്താണ് വസ്തുക്കളുടെ നിർബാധപതനം (free fall) ചിന്തയിൽ വന്നത്. ഒരു വസ്തു നിർബാധപതനം നടത്തുമ്പോൾ ആ വസ്തുവിനകത്തുള്ള എല്ലാത്തിനും ഭാരമില്ലായ്മ അനുഭവപ്പെടുന്നതായി അദ്ദേഹത്തിന് മന സ്സിലായി. ഉദാഹരണത്തിന് ഒരു ശൂന്യാകാശവാഹനം ഭൂഗുരുത്വം കൊണ്ട് നിർബാധപതനത്തിനിടയായാൽ അതിനകത്തുള്ള ശൂന്യാകാശസഞ്ചാ രികൾക്ക് ഭാരമില്ലായ്മ അനുഭവപ്പെടും. വസ്തുതാപരമായി പറഞ്ഞാൽ അവരുടെ ഭാരം സാധാരണപോലെ തന്നെയായിരിക്കും. എന്നാൽ അവ രുടെ പതനഷട്ടിലിന്റെ പതനത്തെ നിയന്ത്രിക്കുന്ന നിയമങ്ങൾ ഒരേപോ ലെയായതുകൊണ്ട് ശൂന്യാകാശയാത്രികർ വാഹനത്തിൽ ഒഴുകിനടക്കു ന്നതായി തോന്നുന്നു. അതായത് ശൂന്യാകാശപേടകം വീഴുന്നുണ്ടെങ്കിലും അവർ വീഴുന്നില്ല.

എന്നാൽ മുകളിലേക്ക് ത്വരണത്തോടെ പോകുന്ന ഒരു ശൂന്യാകാശപേടകത്തിൽ സ്ഥിതി വ്യത്യസ്തമാണ്. എൻജിൻ ചലിക്കുന്നതു കൊണ്ടുണ്ടാകുന്ന തള്ളൽ കൊണ്ട് നിർബാധ പതനത്തിലെപ്പോലെ ഭാരമില്ലായ്മ അനുഭവപ്പെടുന്നില്ല. ബഹിരാകാശസഞ്ചാരിക്ക് സ്പേസ് പേടകത്തിന്റെ തറയിൽ ഭൂമിയിലെപ്പോലെ തന്നെ നില്ക്കുവാൻകഴിയും. ഭാരമില്ലായ്മ അനുഭവപ്പെടുകയും ഇല്ല. കൂടാതെ ഒരു വസ്തുവിനെ ഇടുകയാണെങ്കിൽ തറയുടെ ദിശയിൽ തന്നെ അതു വീഴും. കാരണം വാഹനം മുകളിലേക്കു ത്വരണം ചെയ്യുകയാണ്. വസ്തുവിന് ഒരുബലവും അനുഭവപ്പെടുന്നില്ല. മുകളിലേക്ക് ത്വരണം ചെയ്യുന്ന ഒരു ശൂന്യാകാശവാഹനത്തിലെ സഞ്ചാരിയുടെ പാദം തറയിൽ (പേടകത്തിന്റെ) ഉറച്ചുനില്ക്കുന്നത് നിശ്ചലാവസ്ഥയിൽ ഭൂമിയിൽ കിടക്കുന്ന സ്പേസ് ഷിപ്പിനകത്തുള്ള ആളുടെ കാൽ തറയിൽ (പേടകത്തിന്റെ) തൊട്ടുനില്ക്കുന്നതുപോലെ തന്നെയാണ്.

"രണ്ട് സ്പേസ്ഷിപ്പുകളിലെയും പുറംകാഴ്ചകൾ രണ്ടിലെയും യാത്രികർക്ക് പ്രാപ്യമല്ല. വ്യത്യാസം പറയാൻ ഒരു പരീക്ഷണവും സാദ്ധ്യമല്ല. അതുപോലെ സ്പേസ് ഷിപ്പിനുള്ളിൽ ഒരളവും എടുക്കാനും പറ്റില്ല." ഇതാണ് ജനറൽ തിയറി ഓഫ് റിലേറ്റിവിറ്റിയിലെ ഐൻസ്റ്റീന്റെ 'പ്രിൻസിപ്പിൾ ഓഫ് ഇക്വിവലൻസ്.'

ഈ തത്ത്വമാണ് ഗ്രാവിറ്റിയും ഇനർഷ്യയും (ഭൂഗുരുത്വവും ജഡത്വവും) ഒന്നുതന്നെയാണെന്ന് തോന്നാൻ കാരണമെന്ന് ഐൻസ്റ്റീൻ പ്രസ്താവിച്ചത്. "ഭൂഗുരുത്വവും ജഡത്വവും ഒന്നുതന്നെയാണ്" ഐൻസ്റ്റീൻ പ്രഖ്യാപിച്ചു.

സ്പേസ് ടൈം വർത്തുളമാണെന്ന് അനിവാര്യമായ നിഗമനത്തിലെത്താൻ ഐൻസ്റ്റീനെ പ്രാപ്തനാക്കിയത് അദ്ദേഹത്തിന്റെ പ്രിൻസിപ്പിൾ ഓഫ് ഇക്വിവലൻസ് ആണ്.

വർത്തുളാകാര ശൂന്യകാശം (Curved space)

നാം അധിവസിക്കുന്ന ഭൂമി ഗോളാകാരമാണ്. കൂടാതെ ഇതിന്മേലുള്ള രണ്ടു ബിന്ദുക്കൾ തമ്മിലുള്ള ഏറ്റവും കുറഞ്ഞ അകലം എല്ലായ്പ്പോഴും ഋജു (നേർ) രേഖയിലുമല്ല. ധ്രുവങ്ങളിൽ രണ്ടു ലംബരേഖകൾ സന്ധിക്കുന്നതുപോലെ ഒരു ഗോളത്തിൽ രണ്ട് സമാന്തരരേഖകൾക്കും സന്ധിക്കാൻ കഴിയും. എല്ലാ കാര്യങ്ങളിലും ചെറിയ അളവുകളിൽ ഭൂമി പരന്നതായി കാണുന്നു. എന്നാൽ യഥാർത്ഥത്തിൽ വലിയ അളവുകളിൽ ഇത് വളവുള്ളതാണ്. ഒരു ഗോളത്തിന്റെ രണ്ടുബിന്ദുക്കൾ തമ്മിലുള്ള ഏറ്റവും കുറഞ്ഞ ദൂരം ഒരു അർദ്ധവൃത്തമാണ്. ഇതിന് ഡിയോഡെസിക് എന്നു പറയുന്നു. ഉദാഹരണത്തിന് ഭൂമിക്ക് ഗോളാകൃതി ആയതിനാൽ ഡൽഹിയും മുംബൈയും തമ്മിൽ വലിഞ്ഞുമുറുകി നില്ക്കുന്ന ഒരുചരടു കൊണ്ടു ബന്ധിച്ചാൽ ചരടിന്റെ നീളമാണ് ഡൽഹിയും മുംബൈയും തമ്മിലുള്ള ജിയോഡെസിക് ദൂരം.

വാർത്തുളമായ ഒരു ഇടത്തെ (ശൂന്യസ്ഥലത്തെ) വലിച്ചുമുറുക്കിക്കെട്ടിയ ഒരു റബ്ബർ ഷീറ്റായി സങ്കല്പിക്കാം. ഒരുഭാരമുള്ള വസ്തു ഈ ഷീറ്റിൽ വച്ചാൽ അതിന്റെ ഭാരംകൊണ്ട് ഒരു താഴ്ച (ഇടിവ്) അതിനു ചുറ്റും ഉണ്ടാകും ആ ഷീറ്റിനു കുറുകെ ഒരു മാർബിൾ ഇട്ടാൽ അത് ആ നിമ്നഭാഗത്തേക്കുതന്നെ പോകും.

റബ്ബർഷീറ്റ് ബൃഹത്തായ ക്യാൻവാസായും അവിടവിടെയായുള്ള വ്യത്യസ്തങ്ങളായ ഭാരമുള്ള വസ്തുക്കൾ വ്യത്യസ്ത ബിന്ദുക്കളിൽ അമർത്തുന്ന നക്ഷത്രങ്ങൾ, ഗ്രഹങ്ങൾ, തമോദ്വാരങ്ങൾ എന്നിവയെ പ്രതിനിധീകരിക്കുന്നതായും സങ്കല്പിക്കുക. എന്നാൽ ഈ വർത്തുളകാരാബാഹ്യാകാശത്തിന്റെ മാനസിക ചിത്രം സമയത്തിന്റെ വേഗത കുറയുന്നതേപ്പറ്റി ഒന്നുംതന്നെ പറയുന്നില്ല.

ബഹിരാകാശത്തിലെ വളവ് (Curvature)വളരെ വളരെ ചെറിയതാണ്. എന്നാൽ ഇതിന്റെ പ്രഭാവം (ഫലം) വളരെ ദൂരെ മാത്രമേ കാണാൻ സാധിക്കുകയുള്ളൂ.

അങ്ങനെ ഇന്ത്യയുടെ കിഴക്കുഭാഗത്തുള്ള ധാക്കയിൽനിന്നും പടിഞ്ഞാറ് ലാഹോർ വരെ സഞ്ചരിക്കുന്ന ഒരു പ്രകാശരശ്മി, ഭൂമിയുടെ പിണ്ഡത്താൽ പ്രേരിതമായുണ്ടാകുന്ന ശൂന്യാകാശവക്രിത (വളവ്) മൂലം ഏകദേശം ഒരു മില്ലിമീറ്റർ മാത്രമേ ചായുന്നുള്ളൂ. വളരെ വലിയ ദൂരങ്ങളിൽ മാത്രമേ വളവ് കൂടുതൽ പ്രകടമാവുകയും അളക്കാവുന്നതും ആകുന്നുള്ളൂ.

1987 ൽ ഒരു സൂപ്പർനോവയെ ശാസ്ത്രജ്ഞൻ നിരീക്ഷിച്ചു. ഇതിന്റെ പ്രകാശരശ്മികൾ നമ്മുടെ ആകാശഗംഗയുടെ ഒരറ്റം മുതൽ ഭൂമിയിൽ എത്താനായി മറ്റേ അറ്റത്തോളം സഞ്ചരിച്ചു. ഈ ദീർഘദൂരം താണ്ടിയപ്പോൾ പ്രകാശം ബഹിരാകാശത്തിലെ ഒരുചെറിയ വളവിൽകൂടി കടന്നുപോയി. ഈ വളവുമൂലം സൂപ്പർ നോവയുടെ പ്രകാശം ഭൂമിയിലെത്താൻ മിക്കവാറും ഒമ്പതു മാസങ്ങളോളം വൈകി. ബഹിരാകാശത്ത് അത്തരം ഒരു വളവില്ലായിരുന്നില്ലെങ്കിൽ 1987 ൽ കണ്ട സൂപ്പർനോവയെ ഒമ്പതുമാസം മുൻപ് 1986 ൽ കാണാൻ കഴിയുമായിരുന്നു.

അങ്ങനെ ഐൻസ്റ്റീന്റെ ജനറൽ തിയറി ഓഫ് റിലേറ്റിവിറ്റി മൂന്നു പുതിയ ധാരണകൾ അവതരിപ്പിക്കാൻ കാരണമായി.

ഒന്നാമത്, ഗ്രാവിറ്റിയും ഇനർഷ്യയും ഒന്നുതന്നെയെന്നുള്ളത്. ഇത് സ്ഥാപിച്ചത് അദ്ദേഹത്തിന്റെ പ്രിൻസിപ്പിൽ ഓഫ് ഇക്വിവലവൻസിൽ കൂടിയാണ്.

രണ്ടാമത്, ബഹിരാകാശം ചതുഷ്മാനമാണെന്നുള്ളത്. ഈ പരിണാമങ്ങൾ ദൈർഘ്യം, വീതി, ഉയരം, സമയം. പ്രപഞ്ചത്തിൽ നടക്കുന്ന ഏതൊരു കാര്യവും സംഭവിക്കുന്നത് ചതുഷ്മാന(Four dimensional) സ്പെയിസ് ടൈമിലാണ്.

മൂന്നാമത് നക്ഷത്രങ്ങൾ, ഗ്രഹങ്ങൾ തുടങ്ങിയ വൻ പിണ്ഡങ്ങളുടെ സാന്നിദ്ധ്യം കൊണ്ട് സ്പേസ്– ടൈം വളഞ്ഞതോ ചുളുങ്ങിയതോ ആകുന്നു.

വളഞ്ഞത് അല്ലെങ്കിൽ ചുളുങ്ങിയ സ്പേയ്സ് –ടൈം ആകർഷണ മണ്ഡലമാണ്. സൂര്യന്റെ വലിവു കൊണ്ട് ഭൂമിയെപ്പോലെയുള്ള ഒരു ഗ്രഹം സൂര്യനെ ചുറ്റുന്നത് അണ്ഡാകാരപാതയിലല്ല, എന്നാൽ സൂര്യന്റെ പിണ്ഡം കാരണം സൃഷ്ടിക്കപ്പെടുന്ന മണ്ഡലം, സ്പേസ്– ടൈമിൽ സാദ്ധ്യമായ ഏറ്റവും നീളം കുറഞ്ഞ അണ്ഡാകാരപാതയെ സൃഷ്ടിക്കുന്നു.

6

ഒരു ലോകപൗരൻ (A World Cititzen)

ആയിരത്തിത്തൊള്ളായിരത്തി മുപ്പതോടെ ഐൻസ്റ്റീൻ ഹിറ്റ്ലറുടെയും നാസിപാർട്ടിയുടെയും ഏറ്റവും വെറുക്കപ്പെട്ടവനായിതീർന്നു. അസംഖ്യം വധഭീഷണികൾ അദ്ദേഹം നേരിട്ടു. കൂടാതെ ജർമ്മൻ ശാസ്ത്രജ്ഞന്മാർ അദ്ദേഹത്തെ പൊതു ശത്രു എന്നു വിളിച്ച് ആക്ഷേപിക്കുകയുംചെയ്തു. ഈ ശാസ്ത്രജ്ഞന്മാർ സ്റ്റേജുകളിൽ ശാസ്ത്രമീറ്റിങ്ങുകൾ സംഘടിപ്പിക്കുകയും 'ആപേക്ഷികതയിലെ അടിസ്ഥാനപരമായ വൈകല്യങ്ങൾ' തുറന്നു കാട്ടുകയും ചെയ്തു. ഐൻസ്റ്റീനെ സംബന്ധിച്ചിടത്തോളം യഹൂദവിദ്വേഷപേക്കൂത്തുകൾ ശാസ്ത്രീയമായി വികാസപരമായിരുന്നു. വാസ്തവത്തിൽ ഇവയൊക്കെ അദ്ദേഹത്തിനു തമാശയായിട്ടാണ് തോന്നിയത്.

എന്നിരുന്നാലും 1933 ൽ ഹിറ്റ്ലർ അന്തിമമായി അധികാരം പിടിച്ചെടുത്തപ്പോൾ താൻ ഉടനെ തന്നെ എന്നെന്നേക്കുമായി ജർമ്മനി വിടുന്നതാണ് നല്ലതെന്നു മനസ്സിലായി. ന്യൂജേഴ്സിയിൽ പ്രിസ്റ്റണിലെ സ്ഥാപനമായ അഡ്വാൻസ് സ്റ്റഡീസിൽ സമുന്നതസ്ഥാനം വാഗ്ദാനം ചെയ്തിരുന്നു. 1933 അവസാനം തന്റെ ഭാര്യ എൽസയും ഹെലൻ ഡ്യൂക്കാസ് എന്ന ഒരു സഹായിയുമായി അമേരിക്കയിലേക്കു പോയി.

ജർമ്മനി വിട്ട ഉടനെതന്നെ 'നാസി ബ്രൗൺ ഷർട്ടുകൾ' ആരുമില്ലാതിരുന്ന അദ്ദേഹത്തിന്റെ വീട്ടിൽ കയറി. മൊത്തനശീകരണത്തിനുള്ള അപകടകരമായ ആയുധക്കോപ്പുകൾ ഉണ്ടോയെന്ന് അന്വേഷിച്ചു. ജീവിതത്തിൽ ഒരിക്കലും ഒരായുധവും സ്വന്തമാക്കാത്ത ഐൻസ്റ്റീൻ റെയ്ഡിന്റെ കാര്യം അറിഞ്ഞപ്പോൾ അന്ധാളിച്ചു. പിന്നീട് നാസികൾ ഐൻസ്റ്റീനെ ജർമ്മനിയുടെ 'ജൂതനായ ശത്രു' എന്ന് മുദ്രകുത്തുകയും ഇരുപതിനായിരം ജർമ്മൻ മാർക്സ് അദ്ദേഹത്തിന്റെ തലയ്ക്കു വിലയി

ട്ടതായി പ്രഖ്യാപിക്കുകയുംചെയ്തു. ജർമ്മൻ യഹൂദർക്കെതിരെ ഹിറ്റ്ലർ അഴിച്ചുവിട്ട ഭീകരത ഐൻസ്റ്റീന്റെ രാഷ്ട്രീയ നിലപാടിൽ മാറ്റം ഉണ്ടാക്കി. സമ്പൂർണ്ണ സമാധാനത്തിൽനിന്നും 'ഹിറ്റ്ലറുടെ ജർമ്മനി'ക്കെതിരായ യുദ്ധത്തിന് പിന്തുണ നല്കി. എന്നാൽ ഈ മാറ്റത്തെ, അദ്ദേഹത്തിന്റെ സമാധാനപ്രിയരായ സുഹൃത്തുക്കൾപോലും മൂർച്ചയേറിയ വിമർശനം നടത്തി. ഐൻസ്റ്റീൻ, അദ്ദേഹത്തിന്റെ ആദർശങ്ങൾ ഉപേക്ഷിക്കുകയാണെന്നും അവർ കുറ്റപ്പെടുത്തി.

ഐൻസ്റ്റീൻ പ്രിൻസ്റ്റണിൽ

1933 ൽ പ്രിൻസ്റ്റണിൽ എത്തിയപ്പോൾ ഐൻസ്റ്റീന് 54 വയസ്സ് പ്രായമേ ഉണ്ടായിരുന്നുള്ളൂ. എങ്കിലും അദ്ദേഹത്തെ ഒരു വൃദ്ധനായി തോന്നിച്ചു. ഇക്കാലയളവിൽ വ്യക്തിപരമായി ജീവിതത്തിലുണ്ടായ തിക്താനുഭവങ്ങളും എവിടെപ്പോയാലും കാണുന്ന യഹൂദന്മാരുടെ ശോചനീയവും ബീഭത്സവുമായ സ്ഥിതിയും അദ്ദേഹത്തെ മരിച്ചവനെപ്പോലെ ആക്കിയിരുന്നു. ഒന്നു ചിരിക്കാൻ പോലും മറന്ന അദ്ദേഹം അത്രയ്ക്കു സഹിച്ചു.

പ്രിൻസ്റ്റണിലെ തന്റെ വസതിയും ഒതുക്കമുള്ളതും സ്വച്ഛന്ദവുമായ ചുറ്റുപാടുകളും ഐൻസ്റ്റീനിന് നന്നേ ഇഷ്ടപ്പെട്ടു. 1955 ൽ മരിക്കുന്നതുവരെ അദ്ദേഹം അവിടെത്തന്നെ ചെലവഴിച്ചു. ഈ ഇരുപത്തിരണ്ടു വർഷക്കാലം തന്റെ 'യൂണിഫൈഡ് ഫീൽഡ് തീയറി'യുടെ ജോലി തുടർന്നുകൊണ്ടിരുന്നു. ഇലക്ട്രോ മാഗ്നറ്റിസവും (വൈദ്യുത കാന്തികത്വം) ഗ്രാവിറ്റേഷനും സമന്വയിപ്പിച്ച് ഗണിതപരമായ ഒരു ചട്ടക്കൂട്ടിൽ ആക്കാനുള്ള അദ്ദേഹത്തിന്റെ പ്രയത്നം നിഷ്ഫലമായി. കൂടുതൽ സമയം കിട്ടിയിരുന്നെങ്കിൽ തീർച്ചയായും തന്റെ അന്വേഷണത്തിന് പരിഹാരം ഉണ്ടാകുമായിരുന്നു. ധാരാളം ശാസ്ത്രജ്ഞന്മാർ വിശ്വസിക്കുന്നത് അദ്ദേഹം ശരിയായ പാതയിൽത്തന്നെ ആയിരുന്നെന്നാണ്. എന്നാൽ അണുശക്തിയുടെ ഗുണങ്ങളെപ്പറ്റി അദ്ദേഹത്തിന് കുറച്ചു ഗുരുതരമായ തെറ്റുകൾ പറ്റിയിരുന്നു.

പ്രിൻസ്റ്റണിലെ ഐൻസ്റ്റീന്റെ ജീവിതം ദിനചര്യാക്രമത്തിലും ശാന്തവും സമാധാനപരവുമായിരുന്നു. ഒരു സാധാരണ രണ്ടുനിലക്കെട്ടിടത്തിലാണ് അദ്ദേഹം താമസിച്ചിരുന്നത്. ആദ്യമൊക്കെ അദ്ദേഹത്തെ പരിചരിച്ചിരുന്നത് ഭാര്യയായിരുന്നു. പിന്നീട് ഭാര്യ എൽസയുടെ മരണശേഷം അദ്ദേഹത്തിന്റെ സഹോദരി അദ്ദേഹത്തെ പരിചരിക്കുന്ന ഉത്തരവാദിത്വം ഏറ്റെടുത്തു.

എല്ലാ പ്രഭാതത്തിലും അദ്ദേഹം ഇൻസ്റ്റിറ്റ്യൂട്ടിലേക്കു നടന്നുപോകുമായിരുന്നു. കാറിൽ പോകുന്നത് ഇഷ്ടപ്പെട്ടിരുന്നെങ്കിലും വാസ്തവത്തിൽ അദ്ദേഹത്തിന് സ്വന്തമായി ഒന്നുണ്ടായിരുന്നില്ല. ടി വി കണ്ട് സമയം പാഴാക്കുന്നതും ഇഷ്ടപ്പെട്ടിരുന്നില്ല. വീട്ടിൽ ഒരിക്കലും ഒരു ടി

വി ഉണ്ടായിരുന്നുമില്ല. ഇൻസ്റ്റിറ്റ്യൂട്ടിൽ അദ്ദേഹം യൂണിഫൈഡ് ഫീൽഡ് തിയറി സ്ഥാപിച്ചെടുക്കാൻ കഠിനാദ്ധ്വാനം ചെയ്തു; സഹപ്രവർത്തകരുമായി ചർച്ചകൾ നടത്തി. കൂടാതെ ലോകവ്യാപകമായി ശാസ്ത്രീയവും രാഷ്ട്രീയവുമായ കാര്യങ്ങളെക്കുറിച്ച് എഴുത്തു കുത്തുകൾ നടത്തുകയും ചെയ്തു.

ഐൻസ്റ്റീന്റെ ആവശ്യങ്ങൾ വളരെ പരിമിതമായിരുന്നു. ഇൻസ്റ്റിറ്റ്യൂട്ടിൽനിന്നും അദ്ദേഹത്തിന് മിതമായ ശമ്പളവുമുണ്ടായിരുന്നു. പണത്തിന്റെ പുറകെ പോകാതിരുന്നതു കൊണ്ട് ഒരിക്കലും അദ്ദേഹത്തിന്റെ ആശയങ്ങൾ വിശദീകരിക്കുന്ന ഒരു ബെസ്റ്റ് സെല്ലർ എഴുതിയിട്ടില്ല. ആ ജോലികളെല്ലാം മറ്റുള്ളവരെ ഏല്പിക്കുകയായിരുന്നു. ലോകപ്രസിദ്ധനായിരുന്നെങ്കിലും ഒരിക്കലും അതേപ്പറ്റി അദ്ദേഹം മേനി നടിച്ചിരുന്നില്ല.

ഐൻസ്റ്റീൻ ഒരു സമ്പൂർണ്ണമതവിശ്വാസിയൊന്നുമായിരുന്നില്ല; എങ്കിലും അത്മീയചായ്വുണ്ടായിരുന്നു. ഒരിക്കൽ അദ്ദേഹം പറഞ്ഞു. "മതമില്ലാത്ത ശാസ്ത്രം മുടന്തുള്ളതാണ്. അതേസമയം ശാസ്ത്രമില്ലാത്ത മതം അന്ധവുമാണ്." ഐൻസ്റ്റീൻ പലപ്പോഴും തന്റെ എഴുത്തുകളിൽ ദൈവത്തെ സവിസ്തരം പ്രതിപാദിച്ചിരുന്നു. ചിലപ്പോൾ 'The old man' (വൃദ്ധൻ) എന്നും സംബോധന ചെയ്തിരുന്നു.

പ്രകൃതിയുടെ നിഗൂഢതകൾ തീർച്ചയായും അളക്കാനും മനസ്സിലാക്കാനും പറ്റുന്നവയാണെന്ന് ഐൻസ്റ്റീന് ഉറച്ച അഭിപ്രായമുണ്ടായിരുന്നു. അതിനുള്ള യജ്ഞം വളരെ എളുപ്പമല്ലെങ്കിലും മനുഷ്യന് കണ്ടുപിടിക്കാൻ കഴിയുമെന്നും അദ്ദേഹം പ്രസ്താവിച്ചു.,

1940 ൽ ഐൻസ്റ്റീന് യു എസ് പൗരത്വം അനുവദിച്ചു. ലോകവ്യാപകമായി ഉണ്ടായ സംഭവങ്ങൾ വളരെ മോശമായി ബാധിച്ചതിനാൽ അദ്ദേഹം മുഖം സദാസമയവും പ്രശാന്തമാക്കിവയ്ക്കാൻ ശ്രമിച്ചിരുന്നു. അതിനാൽ അദ്ദേഹത്തിന്റെ ചിലസുഹൃത്തുക്കൾപോലും ദി ഗ്രേറ്റ് സ്റ്റോൺ ഫെയിസ് (കല്ലുപോലെ...) എന്നു വിധിച്ചിരുന്നു. 1936 ൽ ഭാര്യമരിച്ചു. എന്നാൽ ആ സങ്കടംപോലും അദ്ദേഹത്തിന്റെ ബാഹ്യശാന്തതയെ ശല്യപ്പെടുത്തുന്നതായി പ്രകടമായില്ല.

രണ്ടാം ലോകമഹായുദ്ധത്തിനു തൊട്ടുമുമ്പ്, ജർമ്മൻ ഊർജ്ജതന്ത്രജ്ഞൻ ഓട്ടോ ഹാൻ യുറേനിയം ആറ്റത്തെ വിഘടിപ്പിക്കുന്നതിൽ വിജയിച്ചു. നാസി ജർമ്മനിയിൽ നിന്നും രക്ഷപ്പെടുന്നതിന് മുമ്പ് ലിസ് മീറ്റ്നർ എന്ന യഹൂദ ശാസ്ത്രജ്ഞ ഓട്ടോഹാനൊപ്പം ജോലി ചെയ്തിരുന്നു. 1939 ൽ ഈവിവരം ഡെൻമാർക്കിലായിരുന്ന നീൽസ് ബോറിനെ അവർ അറിയിച്ചു. ബോർ ഐൻസ്റ്റീനുമായി സമ്പർക്കപ്പെട്ട് ചോദിച്ചു. യുറേനിയം ഭേദനം നിയന്ത്രിത തോതിൽ നടത്തിയാൽ വൻസ്ഫോടനം നടക്കുകയില്ലേ എന്നായിരുന്നു. 'ബോറിന്റെ സംശയം' എന്നാൽ ഐൻസ്റ്റീന് ഇതു ബോദ്ധ്യമായില്ല. ഐൻസ്റ്റീന്റെ മുൻ അസിസ്റ്റന്റായിരുന്ന Leo Szilard ഉം പ്രശസ്ത ഊർജ്ജതന്ത്രജ്ഞന് Eugene Wigner ഉം കൂടി ന്യൂയോർക്കിലെ വേനല്ക്കാല വസതിയായ Long Island ൽ

ഐൻസ്റ്റീനെ സന്ദർശിച്ചു. അവർ പറഞ്ഞത്, ജർമ്മനി ഒരാറ്റംബോംബു നിർമ്മിതിയുടെ ശ്രമത്തിലാണെന്നായിരുന്നു. അപ്പോഴാണ് സംഭവിക്കാൻ പോകുന്ന ഒരപകടത്തെപ്പറ്റി അദ്ദേഹത്തിനു ബോദ്ധ്യമായത്. നാസിശാസ്ത്രജ്ഞന്മാർ ഒരാറ്റംബോംബു നിർമ്മാണത്തിന്റെ പടിപ്പുരയിലാണെന്നും പറഞ്ഞു. പതിയിരിക്കുന്ന മഹാവിപത്തിനെപ്പറ്റി ഐൻസ്റ്റീന് ബോദ്ധ്യമായി. അവസാനം യു എസ് പ്രസിഡന്റ് ഫ്രാങ്ക്ളിൻ ഡി റൂസ്‌വെൽറ്റിന് അവർ കൊണ്ടുവന്ന ഒരു കത്തിൽ ഐൻസ്റ്റീൻ ഒപ്പിട്ടു.

കത്തിൽ അദ്ദേഹം എഴുതി: "എൻട്രിക്കോ ഫെർമിയും (E Fermi) ലിയോ സിലാർഡും കൂടി ഈയിടെ നടത്തിയ പരീക്ഷണങ്ങൾ യുറേനിയം മൂലകത്തെ അനതിവിദൂരഭാവിയിൽ ഒരു പ്രധാനഊർജ്ജസ്രോതസ്സായി മാറ്റുമെന്നുള്ള പ്രത്യാശയിലേക്ക് എന്നെ നയിച്ചിരിക്കുന്നു.... ഈ പുതിയ പ്രതിഭാസം ബോംബുകളുടെ നിർമ്മാണത്തിലേക്കും നയിക്കും.

ഐൻസ്റ്റീനെപ്പോലെ ഔന്നത്യമുള്ള ഒരു മനുഷ്യന്റെ നിർദ്ദേശത്തെ അവഗണിക്കാൻ റൂസ്‌വെൽത്തിനു കഴിഞ്ഞില്ല. അദ്ദേഹം ശീഘ്രം തന്നെ പ്രവർത്തിക്കുകയും കുപ്രസിദ്ധമായ മൻഹാട്ടൻ പ്രോജക്റ്റ് ജനിക്കുകയും ചെയ്തു. ആറ്റംബോംബു നിർമ്മിതിയിലുണ്ടായിരുന്ന ഐൻസ്റ്റീന്റെ ഭാഗിഭാഗിത്വം ഈ ഒരൊറ്റ കത്തിൽ ഒതുങ്ങിയിരുന്നു. എങ്കിലും തന്റെ ശിഷ്ടകാലം മുഴുവനും ആ കത്തോർത്ത് ഐൻസ്റ്റീൻ പശ്ചാത്തപിച്ചു. ഹിരോഷിമ ആറ്റംബോംബു കൊണ്ട് തകർന്നു തരിപ്പണമായപ്പോൾ അദ്ദേഹത്തിന് മരണവേദനതന്നെയുണ്ടായി. ബാക്കിജീവിതം മുഴുവനും അണുവായുധങ്ങൾക്കെതിരായും ലോകസമാധാനത്തിനുവേണ്ടിയും അദ്ദേഹം ഉഴിഞ്ഞുവച്ചു.

അറുപതു വയസ്സ് അവസാനിച്ചതോടെ അദ്ദേഹം ഏറ്റവും ആദരണീയനായ വ്യക്തിയായിത്തീർന്നു. ആ ലോകം തയ്യാറല്ലായിരുന്നെങ്കിലും ഒരു ലോക ഗവൺമെന്റു രൂപീകരണത്തിനും ലോകഭരണത്തിനും വേണ്ടി അദ്ദേഹം ആഹ്വാനംചെയ്തു.

1952 ൽ ഇസ്രയേൽ പ്രസിഡന്റാകാനുള്ള ക്ഷണം കിട്ടി. വൃദ്ധനും ക്ഷീണിതനുമാണെന്നു പറഞ്ഞ് ഐൻസ്റ്റീൻ ആ വാഗ്ദാനം നിരസിച്ചു. യഥാർത്ഥ കാരണം, എല്ലാം രാഷ്ട്രീയമയം എന്ന വ്യാമോഹമില്ലാത്തതു കൊണ്ടായിരിക്കണം. സമവാക്യങ്ങളാണ് എനിക്കു പ്രധാനം. കാരണം രാഷ്ട്രീയം വർത്തമാനകാലത്തേക്കു മാത്രമുള്ളതാണ്. എന്നാൽ ഒരു സമവാക്യം നിത്യതയ്ക്കായിട്ടുള്ളതാണ്.

1955 ഏപ്രിൽ 19-ാം തീയതി പ്രിൻസ്റ്റൺ ആശുപത്രിയിൽ വച്ച് 76-ാമത്തെ വയസ്സിൽ ഉറക്കത്തിൽ ഐൻസ്റ്റീൻ അന്തരിച്ചു. മരണത്തിനു തൊട്ടുമുമ്പ് അണുവായുധങ്ങൾക്കെതിരായ ഒരു വിളംബരത്തിൽ അദ്ദേഹം തുല്യംചാർത്തി.

7

ഐൻസ്റ്റീന്റെ മസ്തിഷ്കം (The Brain of Einstein)

ആയിരത്തിത്തൊള്ളായിരത്തി ഇരുപത്തിനാലിൽ ഐൻസ്റ്റീന്റെ സഹോദരി മാജ അദ്ദേഹത്തിന്റെ കുട്ടിക്കാലത്തെപ്പറ്റി എഴുതിയിരിക്കുന്നത് ഇപ്രകാരമാണ്. "ഐൻസ്റ്റീന്റെ ശിരസ്സിന്റെ പുറകുഭാഗം കണ്ടിട്ട് അമ്മ ഞെട്ടിപ്പോയി. തല അസാധാരണമാംവിധം വലുതും കോണുകളുള്ളതുമായിരുന്നതിനാൽ അവർ വിചാരിച്ചത് ഒരു വിരൂപനായ കുഞ്ഞിനാണോ അവർ ജന്മം നല്കിയത് എന്നായിരുന്നു." അവരുടെ ഭയാശങ്കകൾ തീർത്തും അടിസ്ഥാനരഹിതമായിരുന്നു. കാരണം. എക്കാലത്തെയും ഏറ്റവും മഹാനായിരുന്ന ശാസ്ത്രജ്ഞനായിത്തീർന്നു അവരുടെ മകൻ.

ഒന്നിനു പുറകെ മറ്റൊന്നായി വിപ്ലവാത്മകമായ ശാസ്ത്രീയ ആശയങ്ങൾ ഐൻസ്റ്റീന്റെ സമ്പുഷ്ടമായ തലച്ചോറിൽനിന്നും ഒഴുകിക്കൊണ്ടിരുന്നപ്പോൾ ജനങ്ങൾ എല്ലായ്പ്പോഴും അത്ഭുതാദരങ്ങളോടെ സ്തബ്ധരായിട്ടുണ്ട്.

മാനവചരിത്രത്തിൽ ഉന്നതപ്രതിഭകൾ വളരെകുറച്ചുമാത്രമേ ഉണ്ടായിട്ടുള്ളൂ. അങ്ങനെയുള്ള പ്രതിഭകളുടെ തലച്ചോറുള്ള ബുദ്ധിമാന്മാർ എങ്ങനെയാണ് സാധാരണക്കാരിൽനിന്നും വ്യത്യസ്തരായിരിക്കുന്നത് എന്നറിയുന്നത് രസാവഹമാണ്.

ഐൻസ്റ്റീൻ 1955 ൽ അന്തരിച്ചു. രണ്ടു ദശവർഷങ്ങൾക്കുശേഷം സ്റ്റീവൻ ലെവി (Steiven Levy) എന്ന ജേർണലിസ്റ്റ് ന്യൂജേഴ്സി മന്ത്ലി (New Jursey Monthly)യുമായി സഹകരിച്ച് ഐൻസ്റ്റീന്റെ തലച്ചോറ് രഹസ്യമായി പഠിച്ചുകൊണ്ടിരുന്നെന്ന കിംവദന്തിയെപ്പറ്റി അന്വേഷണം നടത്താൻ തീരുമാനിച്ചു.

കാൻസാഡിലെ വിചിതയിൽ ഡോ. തോമസ് ഹാർവിയുടെ പാതോ

ളജിക്കൽ ലാബറട്ടറിയെ പിന്തുടർന്ന് തലച്ചോറ് സൂക്ഷിച്ചിരിക്കുന്ന സ്ഥലം കണ്ടുപിടിച്ചു. അവിടെ ഐൻസ്റ്റീന്റെ തലച്ചോറ് ഒരു മേസൺ ജാറിൽ ഇട്ട് ഒരു കാർഡ് ബോർഡ് പെട്ടിയിൽ സൂക്ഷിച്ചിരിക്കുകയായിരുന്നു. പെട്ടിയുടെ പായ്ക്കിന്റെ പുറത്ത് 'Costa Cider' എന്ന ലേബലും ഉണ്ടായിരുന്നതായി ലെവി കണ്ടു. ഹാർവിക്ക് തലച്ചോറ് പരിശോധിക്കുന്നതിൽ താല്പര്യമൊന്നും ഇല്ലായിരുന്നെന്ന് ലെവി റിപ്പോർട്ട്ചെയ്തു. ഹാർവി 1955 ലാണ് ഐൻസ്റ്റീന്റെ ഓട്ടോപ്സി (പ്രേതപരിശോധന) നടത്തിയത്. അദ്ദേഹം ആ തലച്ചോറ് മുൻവിവരിച്ചതുപോലെ ഒരുതണുത്ത അന്തരീക്ഷത്തിൽ സൂക്ഷിച്ചു.

ഇത്രനാളും ആ തലച്ചോറ് സൂക്ഷിച്ചതിന്റെ കാരണം ആർക്കും അറിയില്ലായിരുന്നു. ഐൻസ്റ്റീന്റെ മകന്റെ ശക്തമായ നിർദ്ദേശം ആണ് ഒരു കാരണമെന്ന് ചിലർ വിശ്വസിച്ചു. കുറെപ്പേർ ഐൻസ്റ്റീന് തന്നെ അദ്ദേഹത്തിന്റെ തലച്ചോറ് സൂക്ഷിക്കുകയും പരിശോധിക്കുകയും ചെയ്യണമെന്ന് ആഗ്രഹമുണ്ടായിരുന്നതായി ഉറപ്പിച്ചു പറഞ്ഞു. എന്നാൽ വർത്തമാനപ്പത്രങ്ങൾ ഇക്കാര്യം ശക്തമായി നിഷേധിച്ചു.

വാസ്തവം എന്തു തന്നെയായിരുന്നാലും മരണശേഷം മുപ്പതുവർഷങ്ങളോളം ഒരു പരീക്ഷണവും ആ അമൂല്യമായ തലച്ചോറിൽ ചെയ്തില്ല. ഒരു ശാസ്ത്രജ്ഞനും ആ തുല്യതയില്ലാത്ത തലച്ചോറ് എങ്ങനെ മുറിക്കണമെന്നോ, അല്ലെങ്കിൽ അതിനുള്ള ധൈര്യമോ ഇല്ലാതായിരിക്കാനേ സാദ്ധ്യതയുള്ളൂ.

1978ൽ Steven Levy ഐൻസ്റ്റീന്റെ തലച്ചോറ് കണ്ടു! ഒരു ജാറിലെ ഫോർമാൽ ഹിഹൈഡിൽ തെന്നിനീങ്ങിക്കൊണ്ടിരുന്ന ഐൻസ്റ്റീന്റെ തലച്ചോറിന്റെ കൂമ്പാരം കണ്ടിട്ട് വികാരാധിക്യത്താൽ അദ്ദേഹം എഴുതി: "ആ ജാറിൽ നോക്കുവാൻ ഞാനെഴുന്നേറ്റു. എന്നാൽ ആ കസേരയിലേക്കുതന്നെ ഞാൻ താണു."

"ഊർജ്ജതന്ത്രത്തിൽ വിപ്ലവമുണ്ടാക്കിയതും മാനവസംസ്കാരത്തിന്റെ തന്നെ ഗതി മാറ്റിയതും മുങ്ങിയും പൊങ്ങിയും കിടക്കുന്ന ഈ ജങ്ക്സ് നുറുങ്ങുകളാണല്ലോ എന്നു മനസ്സിലാക്കാൻ ശ്രമിച്ചുകൊണ്ട് എന്റെ ദൃഷ്ടികൾ ആ ജാറിൽ തറപ്പിച്ചു. അത് അവിടെത്തന്നെ!"

1981 ൽ സയൻസ് മാഗസിൻ, ഡോ ഹാർവിയെ സമീപിച്ചു. അദ്ദേഹം ഐൻസ്റ്റീന്റെ തലച്ചോറിൽ നടത്തിയ ഗവേഷണങ്ങൾ അവസാനിച്ചോ എന്നാരാഞ്ഞപ്പോൾ സ്ഥിരം മറുപടിതന്നെ ലഭിച്ചു. "മൂർത്തമായ പദ്ധതി ഇല്ല. ഇതേപ്പറ്റിയുള്ള എന്റെ ആശയങ്ങളുണ്ടെങ്കിലും ഒന്നും തന്നെ ഉരുത്തിരിഞ്ഞിട്ടില്ല. സയൻസ് മാഗസിൻ ഉടൻ പ്രതികരിച്ചു. ഹാർവിയുടെ പക്കൽ തലച്ചോറിന്റെ ഭാഗങ്ങളുണ്ട്. പക്ഷേ, എവിടെയാണ് അതു സൂക്ഷിച്ചിരിക്കുന്നതെന്ന് വെളിപ്പെടുത്താൻ വിസമ്മതിക്കുകയാണ്. വർത്തമാനപ്പത്രങ്ങൾക്കും അതിൽ ഒരു താല്പര്യവും ഇല്ലെന്നും അദ്ദേഹം പറയുന്നു.

1985 ൽ രണ്ടു നാഡീരോഗ വിദഗ്ദ്ധരായ ആർനോൾഡ് ഷീബെലും

മരിയൻ ഡയമണ്ടും ചേർന്ന് ഡോ. ഹാർവിയിൽ നിന്ന് തലച്ചോറിന്റെ കുറച്ചു കോശസാമ്പിളുകൾ കരസ്ഥമാക്കി. ഡോ. മരിയൻ നേരത്തെ തന്നെ എലികളുടെ തലച്ചോറിൽ ഗവേഷണം നടത്തിയിരുന്നു. ബുദ്ധി കൂടുതലുള്ള എലികളുടെ തലച്ചോറ് വലുതാണെന്നു മനസ്സിലായി. ഐൻസ്റ്റീന്റെ തലച്ചോറും ബുദ്ധികൂടുതലുള്ള എലികളുടേതുപോലെ ആയിരിക്കുമോ എന്ന ചിന്തയിൽ കൂടുതൽ തല്പരരായി. അവർ രണ്ടാളും കൂടി തലച്ചോറിലെ കോശങ്ങൾ എണ്ണി. ഒരുകാര്യം വ്യക്തമായി. സാധാരണ തലച്ചോറിലുള്ളതിനേക്കാൾ കൂടുതൽ ഗ്ലയൽ കോശങ്ങൾ (glial cells) ഐൻസ്റ്റീന്റെ തലച്ചോറിലുണ്ടായിരുന്നു! ഗ്ലയൽ കോശങ്ങൾ തലച്ചോറിന്റെ പ്രവർത്തനയൂണിറ്റുകളായ ന്യൂറോണുകളെ സഹായിക്കുന്നവയാണ്.

ഷീബലും ഡയമണ്ടും കണ്ടുപിടിച്ചതിൽ രസകരമായ ഒരു വസ്തുതയുണ്ടായിരുന്നു. ഐൻസ്റ്റീന്റെ തലച്ചോറിൽ ഇടതുവശത്തുള്ള അർദ്ധവൃത്തത്തിൽ ആവശ്യമുള്ളതിനേക്കാൾ വളരെ കുറച്ചു ഗേയൽ സെല്ലുകളേ ഉണ്ടായിരുന്നുള്ളൂ. ഇതുകൊണ്ടായിരിക്കണം സംസാരശേഷി ഐൻസ്റ്റീനിൽ വളരെ താമസിച്ചു തുടങ്ങിയതെന്നും അനുമാനിക്കുന്നു. ഐൻസ്റ്റീൻ തന്റെ തിയറികളെപ്പറ്റി ചിന്തിക്കുമ്പോൾ എഴുതപ്പെടുന്നതോ പറയപ്പെടുന്നതോ ആയ ആളുകൾക്ക് പ്രാധാന്യമില്ലായിരുന്നെന്ന് അദ്ദേഹം ഒരിക്കൽ പറഞ്ഞിട്ടുണ്ട്. വികാരങ്ങൾക്കും ചിത്രങ്ങൾക്കുമായിരുന്നു. പ്രധാന പങ്കുണ്ടായിരുന്നതെന്നും അദ്ദേഹം അവകാശപ്പെട്ടിട്ടുണ്ട്.

ഒരു കുഞ്ഞായിരുന്നപ്പോൾ മുതൽതന്നെ ഐൻസ്റ്റീന് സംസാരിക്കാൻ പ്രശ്നമുണ്ടായിരുന്നു. തന്റെ മാതാപിതാക്കൾ ഇക്കാര്യത്തിൽ എത്രത്തോളം വിഷമമുള്ളവരായിരുന്നു എന്നും, ഒരു ഡോക്ടറെപ്പോലും അതിനായി ഉപദേശം തേടിയിരുന്നെന്നും, അന്നദ്ദേഹത്തിന് മൂന്നു വയസ്സേ പ്രായം ഉണ്ടായിരുന്നുള്ളൂ എന്നും ഐൻസ്റ്റീൻ പറഞ്ഞിട്ടുണ്ട്. പത്താം വയസ്സിൽപോലും സംസാരശേഷി ശരിക്ക് വികസിച്ചിട്ടില്ലായിരുന്നു. പ്രായമായിട്ടും വാക്കുകൾ ഓർമ്മിച്ചെടുക്കുവാൻ അദ്ദേഹം വിഷമിച്ചിരുന്നു.

ഐൻസ്റ്റീന്റെ തലച്ചോറിന്റെ ആകൃതിയെപ്പറ്റി ചാൾസ് നോർമൻ വിശദീകരിച്ചിട്ടുണ്ട്. “ഐൻസ്റ്റീന്റെ തലച്ചോറ് വ്യക്തമായും അസാധാരണാംവിധം ചരിഞ്ഞതും, കൈപോലെയുള്ളതും (Brachycephallic) വീതി വളരെ കൂടുതലും കഴുത്തിന്റെ പിൻഭാഗത്തേക്ക് ഇളകിക്കൊണ്ടിരുന്നതും എന്നാൽ ലംബമായി നീളം കൂടിയിട്ടില്ലാത്തതുമായിരുന്നു.”

1985 നുശേഷം മൈക്രോസ്കോപ്പിക് പഠനങ്ങൾക്കായി ഐൻസ്റ്റീന്റെ തലച്ചോറ് അനേകപ്രാവശ്യം മുറിക്കേണ്ടിവന്നു. അദ്ദേഹത്തിന്റെ തലച്ചോറിലെ സെറിബെല്ല (അനുമസ്തിഷ്കം) വും സെറിബ്രൽ കോർട്ടക്സിന്റെ അവശിഷ്ടങ്ങളും മാത്രം ഡോ. ഹാർവിയുടെ പരീക്ഷണശാലയിൽ ഒരുപ്രിസർവേറ്ററിൽ പൊങ്ങിക്കിടപ്പുണ്ട്!

www.ingramcontent.com/pod-product-compliance
Lightning Source LLC
LaVergne TN
LVHW040804051026
849519LV00007BA/2610
* 9 7 8 9 3 8 6 1 1 2 2 1 7 *